समर्थ रामदास
रचित

दासबोधातील गुंतवणूक बोध

विनायक कुळकर्णी

सकाळ प्रकाशन

सकाळ प्रकाशन

Samarth Ramdas Rachit Dasbodhatil Guntavnuk Bodh

समर्थ रामदास रचित दासबोधातील गुंतवणूक बोध

प्रथम आवृत्ती : नोव्हेंबर २०२४

प्रकाशक : सकाळ मीडिया प्रा. लि.
५९५, बुधवार पेठ,
पुणे ४११ ००२

संपादन : ऐश्वर्या कुमठेकर

मुखपृष्ठ व मांडणी : यशोधन लोवलेकर

मुद्रणस्थळ : विकास प्रिंटिंग अँण्ड कॅरिअर्स प्रा. लि.
प्लॉट नं. ३२, एमआयडीसी, सातपूर, नाशिक

ISBN : 978-93-48048-40-0

संपर्क : ०२०-२४४० ५६७८ / ८८८८८ ४९०५०
sakalprakashan@esakal.com

डॉ. किरण आंबेकर,
मित्रा, तुझी आयुर्वेदिक सेवा,
तुझी विवेकी आणि आध्यात्मिक बैठक
यांबद्दल मला नितांत आदर आहे.
हे पुस्तक तुला सविनय अर्पण करताना
आनंद वाटतो...

- विनायक

गुंतवणूक बोध म्हणजेच प्रपंचबोध!

आमचे जुने मित्र श्री. विनायक कुळकर्णी यांनी चोवीस वर्षांपूर्वी 'सामना' दैनिकातून 'समर्थांच्या शब्दांतून गुंतवणूक' या विषयावर एक लेखमाला विस्ताराने लिहिली होती. या लेखमालेतील प्रत्येक लेख वाचून मी श्री. कुळकर्णी यांना प्रत्यक्ष भेटून अथवा दूरध्वनीवरूनही कौतुक करीत असे. कारण नव्या पिढीतील एक तरुण समर्थ रामदासांचा 'दासबोध' ग्रंथाचा इतक्या साक्षेपाने अभ्यास करतो, त्यावर चिंतन करून नव्या संदर्भात लेखन करतो, हेच माझ्या दृष्टीने खूप नवलाईचे होते. त्या नवलापोटीच मी कुळकर्णींना प्रोत्साहन देत होतो.

पण नंतर मी ही लेखमाला आणि हा विषय विसरून गेलो. एक मात्र खरे की, या साऱ्या दीर्घ प्रवासात विनायक मला कधी दुरावला नाही. आता इतक्या वर्षांनंतरही विनायकला पूर्वीच्या लेखमालेच्या संदर्भात माझे पुन:स्मरण होणे, ही त्याची केवळ कृतज्ञताच नव्हती; तर 'मनाचे श्लोक' व 'दासबोध' यांच्या सततच्या चिंतनाचाही तो अटळ परिणाम होता!

दासबोधाच्या नजरेतून गुंतवणूक का करावी; कोणी, कधी, केव्हा, कशासाठी व कशी करावी हे सोप्या भाषेत स्पष्ट करण्यासाठी या पुस्तकात विनायकने एकूण दहा प्रकरणे लिहिली आहेत. ही प्रकरणे म्हणजे 'आर्थिक गुंतवणूक' या विषयाचा

वस्तुपाठच आहेत. या वाचनाने वाचकांना दोन प्रकारचा लाभ होणार आहे. पहिले म्हणजे गुंतवणूक विषयाची सांगोपांग माहिती होऊन वाचक त्यासाठी प्रवृत्त होतील किंवा त्यांची जिज्ञासा जागृत होईल. दुसरे म्हणजे, या प्रकरणांच्या वाचनाने वाचकाचे मन दासबोध समजून घेण्याच्या दृष्टीने जागृत होईल. पहिल्या प्रकारातून व्यावहारिक विकासाचा लौकिक लाभ होईल आणि दासबोध समजून घेण्याच्या दुसऱ्या प्रकारातून मानसिक विकासाचा अलौकिक लाभ होईल.

श्रीसमर्थ रामदास हे संतांच्या मांदियाळीतील एकमेव संत आहेत, की ज्यांनी आयुष्यभर सर्वसामान्य प्रापंचिकांसाठी स्वतंत्रपणे 'प्रपंच विज्ञान' निर्धारपूर्वक मांडले! संत ज्ञानेश्वरांपासून कोणत्याही संताने प्रपंच, प्रपंचकारण, सांसारिक कर्तव्ये कधी नाकारली नाहीत. तरीही या संतांच्या मांदियाळीत संत रामदासच असे संत होऊन गेले, ज्यांनी यत्र-तत्र विस्तारलेल्या प्रपंचाकडे आणि व्यवहारशास्त्राकडे दुर्लक्ष करून परमार्थ परायण होत असलेल्या समाजाला निक्षून व निर्भीडपणे बजावून सांगितले,

जो प्रपंची अप्रमाण ।
तो पारमार्थिक खोटा ।

श्री समर्थांचे 'मनाचे श्लोक' काय किंवा 'दासबोध' काय किंवा त्यांचे अभंग, पदे व इतर स्फुटरचना काय, त्यांनी सर्वत्र परमार्थाचेच महत्त्व अनेक प्रकारे व अनेक उदाहरणांनी व स्वानुभवाने विशद केले आहे. परंतु, हे तत्त्वज्ञान समजावून सांगताना त्यांच्या समोर 'सामान्य कुवतीचा प्रापंचिक' होता हे समर्थ कधी विसरले नाहीत! समर्थांनी सलग बारा वर्षे देशाटन केल्यामुळे त्यांचे सामाजिक निरीक्षण सूक्ष्म होते. केवळ अज्ञान, आळस, करंटेपणा, अविवेक, दैववाद अशा खुळचट कल्पनांत गुंतलेल्या सामान्याला उद्धाराचा, उत्कर्षाचा, विकासाचा मार्ग दाखवून दिला. त्याला परमार्थाकडे वळवावे हा समर्थांचा व त्यांच्या साऱ्या उत्स्फूर्त वाङ्मयाचा मूळ उद्देश होता आणि हेच तर समर्थांचे वेगळेपण होते!

म्हणूनच समर्थांचा 'दासबोध' हा जसा परमार्थबोधक आहे, तसाच किंवा त्यापेक्षाही तो अधिकतर सामान्य व असामान्यांसाठी 'प्रपंचबोध' आहे, हे विसरून चालणार नाही!

दासबोधाचा अभ्यास व परिशीलन करता करता समर्थांच्या मनातील अनेक प्रकारच्या गुंतवणुकीचा जो बोध विनायकला झाला, त्यातूनच त्याने समर्थांच्या

समर्थ वाणीच्या आधारे प्रापंचिकाने आधी अर्थप्रधान गुंतवणूकच केली पाहिजे, असे आग्रहाने या ग्रंथात प्रतिपादित केले.

या दृष्टीने विनायकने 'समर्थ रामदास रचित दासबोधातील गुंतवणूक बोध' या पुस्तकातील प्रकरणाला उद्बोधक मथळे दिलेले आहेत. उदाहरणार्थ,

म्हणोन असावी दीर्घ सूचना ।
अखंड करावी चाळणा ।।

हा प्रकरणाचा मथळा संत रामदासांच्या वाणीतील खूप बोलका आहे! श्रीरामदासांचा हा आदेश लेखकाने आर्थिक दृष्टीने 'निरक्षर' अशा साक्षरांना दिलेला असला, तरी तो आदेश 'गुंतवणूकदारां'सह सर्वसामान्य नागरिकांनाही दैनंदिन आयुष्यात फार उपयोगी पडणारा आहे. वाट्याला आलेला प्रपंचसुद्धा अनेकांना 'दीर्घ सूचना' व 'अखंड चाळणा' नसल्यामुळे नीट व यशदायी करता येत नाही, असे माझेही इतक्या वर्षांच्या भ्रमंतीचे निरीक्षण आहे!

जगात सुमारे ८० टक्के लोक सामान्य असतात. या सामान्यांतच अशिक्षित, निरक्षर, अडाणी, दरिद्री, दुर्दैवी व करंटे असतात असे नव्हे, तर त्यांत सुशिक्षित, साक्षर, विद्वान, पदवीधर किंवा इतरांपेक्षा अधिक श्रीमंत लोकही असतात. विद्वत्ता, पदवी, अनुकूलता, यश, कीर्ती लाभली; म्हणजे कोणी विवेकी, सुजाण व समाजोपयोगी नागरिक होईलच, याची खात्री देता येत नाही. उलट अशा लोकांना व्यावहारिक यशामुळे अहंकाराची व गर्वाचीच बाधा झाल्याचे दृष्टीस पडते. म्हणून समर्थांनी सर्वांना उद्देशूनच 'अखंड चाळणा' असावी, सतत दक्ष, सावधान व जागृत राहून प्रपंच करावा, असे आग्रहाने व निग्रहाने बजावून सांगितले. या समर्थकृत 'आदेशा'चा लेखकाने येथे गुंतवणुकीच्या संदर्भात मोठ्या चातुर्याने वापर करून वाचकांना जागृत करण्याचा प्रयत्न माझ्या दृष्टीने लक्षणीय आहे.

मुळात समर्थांचे वाङ्मय केवळ 'दासबोध' व 'मनाचे श्लोक' या दोन प्रसिद्ध रचनांपुरतेच मर्यादित नाही. त्यांच्या एकंदर अमर्याद वाङ्मयाचा प्रसार यामुळे ४० हजार ओव्यांमध्ये गुंफले आहे! या रचनांमध्ये केवळ ओव्याच नाहीत, तर तत्कालीन सारे छंद, वृत्ते, आरत्या, दिंड्या असे विविध प्रकार समर्थांनी हाताळले आहेत. हा प्रचंड खटाटोप समर्थांसारखा एक अनिकेत, आजन्म ब्रह्मचारी का करतो? तर सर्वसामान्य प्रापंचिक जनता अज्ञान, आळस व करंटेपणा टाकून सुखी व्हावी म्हणून! लेखकाला समर्थांचे हे आगळेवेगळे थोरपण मनोमन जाणवले,

त्याच्या अंतर्मनात ते रुजले; आणि नंतरच ते 'समर्थ रामदास रचित दासबोधातील गुंतवणूक बोध' रूपात शब्दांकित झाले!

या पुस्तकातील प्रत्येक प्रकरणाचा मथळा समर्थांच्या ओवीने अलंकृत झालेला आहे. पण त्यापेक्षाही महत्त्वाचे म्हणजे ओवीच्या अनुषंगाने लेखकाने संपूर्ण प्रकरणभर आपला मुद्दा पटवून देण्यासाठी जे निरूपण किंवा स्पष्टीकरण केले आहे, ते मला वाचकांच्या दृष्टीने मोलाचे वाटते. लेखकाची भाषा साधी सोपी व मुख्य म्हणजे 'अनलंकृत' आहे. आपला मुद्दा पटवण्यासाठी लेखकाने सर्व पुस्तकभर यत्र-तत्र दासबोधातील ओव्यांचे संदर्भ, त्या ग्रंथातील समास व ओवी क्रमांकासह दिलेले आहेत. अधिक जिज्ञासूंना पांगारकर संपादित मूळ ग्रंथ ताडून पाहता येईलच; शिवाय त्या निमित्ताने वाचकांचा, समर्थांचा मूळ समासही अनायासे वाचून होईल. माझ्या दृष्टीने आर्थिक गुंतवणुकीच्या निमित्ताने विनायकने सामाजिक व सांस्कृतिक दृष्टीने मोठे योगदान दिले असल्याने तो अभिनंदनास पात्र ठरला आहे.

दासबोधात 'व्यवस्थापन शास्त्र' श्रीरामदास स्वामींनी विस्ताराने मांडले असल्याचे यापूर्वी अनेक लेखकांनी पुस्तकरूपाने वाचकांसमोर आणले आहे. ती बहुतेक पुस्तके मी वाचलेली असून त्यांतील काही माझ्या संग्रहातही आहेत. शिवाय मी समर्थसाहित्याचा आत्मविकासार्थ अभ्यासक असल्याने मला विनायकचा 'गुंतवणूक बोध' अधिक जवळचा वाटला. कारण विनायकचे चिंतन 'मूलग्राही' असून त्यात आर्थिक दृष्टीने अनभिज्ञ, निरक्षर अशा सामान्यांसकट सर्वांना साक्षर व जाणकार करून त्यांचे सारे आयुष्य सुखावह व्हावे, ही तळमळ व कळकळ आहे. ती मला जास्त मोलाची वाटली. गेल्या २४ वर्षांपूर्वी लेखकाने दासबोधाचे वाचन, चिंतन, मनन खूप मन लावून केले असले पाहिजे! नपेक्षा केवळ दासबोधाची उपलब्धता आहे आणि तो वाचता येतो एवढ्याच कारणासाठी कोणाला संदर्भासह विवेचन करता आले नसते! आणि मग ती केवळ अवतरणांचा खच असलेली पोकळ पोपटपंची ठरली असती!

या निमित्ताने मी माझे मत नोंदवून ठेवत आहे. माझा स्वतःचा संतसाहित्याचा अभ्यास व परिशीलन सुरू झाले ते सर्वप्रथम दासबोधाच्या वाचनाने व एकांतातील पारायणाने किंवा त्या ग्रंथातील एखाद्या समासाच्या सततच्या वाचन-लेखनाने! मी शाळेत असतानाची ही गोष्ट! त्या वेळी माझ्या वडिलांनी म्हणजे कै. तीर्थरूप पंडित विष्णू वासुदेव शास्त्री यांनी मला प्रथम दासबोध वाचायला दिला. 'पितृदेवो

भव' म्हणून तीर्थरूपांची आज्ञा शिरसावंद्य मानून, फारसे कळत नव्हते तरीही मी ती दासबोधाची पोथी सतत वाचत राहिलो! वाचता वाचता मीही अंतर्बाह्य हळूहळू बदलत राहिलो. अशातच दासबोधातील एकोणिसाव्या दशकातील सुंदर अक्षरासंबंधीचा पहिला समास माझ्या वाचनात आला आणि मी लगेच अक्षर सुंदर होण्यासाठी कित्ता गिरवणे, अक्षर घोटून घोटून सुंदर करणे यासाठी झपाटल्यागत 'अक्षरांच्या' मागे अक्षरशः हात धुवून लागलो! आणि ज्या वेळी सलग बारा-तेरा वर्षांच्या चिकाटीने माझे अक्षर 'कुळकुळीत वोळी चालिल्या ढाळे । मुक्तामाळा जैशा।।' असे समर्थांच्या मनासारखे सुंदर झाले, तेव्हाच मी अक्षरे गिरवण्याची तपस्या थांबवली.

समर्थांच्या वाणीची किमया मी काय वर्णावी? गेली चारशे वर्षे ती साऱ्या महाराष्ट्रात - जिथे जिथे मराठी माणूस आहे, तिथे तिथे मनाच्या श्लोकांतून व 'सुखकर्ता दु:खहर्ता' या समर्थकृत गणेशाच्या आरतीतून पिढ्यान्‌पिढ्या गर्जते आहे! आणि भविष्यकाळातही त्याच तेजाने, ओजाने गर्जत राहील, तळपत राहील, याबाबतीत मला कसलाही संशय नाही !

ज्या कोणाला संतसाहित्याचा अभ्यास करायचा असेल किंवा ज्याला परमार्थमार्गी होण्याची कामना असेल त्यांनी, म्हणजे अशा प्रत्येकाने सर्वप्रथम 'दासबोध' ग्रंथाचे वाचन, चिंतन, परिशीलन, अभ्यास व नंतरच पारायण करावे; अशी माझी सर्वसामान्य अभ्यासकांना व परमार्थी जिज्ञासूंना विनंतीवजा सूचना आहे.

कष्टेविण फळ नाही ।
केल्यावीण होत नाही ।।

हे समर्थांचे बोल आयुष्यात खरे ठरतात! कष्ट, तप, तपस्या, तपश्चर्या, एकांतसेवन, दक्षता याला कोणत्याही क्षेत्रात कधीही पर्याय नसतो; हे एकदा सर्वच हरिभक्तांनी नीट समजून घेतले पाहिजे. विनायक कुळकर्णींनी या पुस्तकात गुंतवणूकबोधाचे चिंतनपूर्वक विवेचन केले, म्हणून त्यांचे कौतुक!

इति सुभगेयं लेखन मर्यादा विराजते ।

दाजीशास्त्री पणशीकर

श्रीसमर्थ रामदास स्वामी आणि दासबोध

श्रीसमर्थ रामदास स्वामी यांचा जन्म शके १५३० म्हणजेच वर्ष १६०८मध्ये मराठवाड्यातील जालना जिल्ह्यातील 'जांब' या गावी रामनवमीच्या दिवशी झाला. त्यांचे खरे नाव 'नारायण सूर्याजी ठोसर' असे होते. विरक्त वृत्ती आणि रामभक्तीने भारलेल्या नारायणाने आईच्या इच्छेखातर विवाहास संमती दिली खरी; पण आपले जीवनध्येय काही वेगळे आहे, हे जाणून वयाच्या बाराव्या वर्षी लग्नमंडपात 'शुभ मंगल सावधान' असे ऐकताक्षणी ते तिथून पळून गेले. नाशिकजवळील 'टाकळी' या गावात ते राहू लागले. आपल्याला कोणी ओळखू नये, म्हणून त्यांनी 'रामदास' हे नाव धारण केले. टाकळी येथे ते वर्ष १६२१ ते १६३३ अशी बारा वर्षे राहिले. या बारा वर्षांत त्यांनी अत्यंत शिस्तबद्ध रीतीने ज्ञानोपासना आणि बलोपासना केली. या साधनेच्या कालावधीमध्ये ते रोज ब्राह्ममुहूर्तावर उठत. १२०० सूर्यनमस्कार घालीत. सूर्योदयापासून माध्याह्नापर्यंत नदीच्या डोहात छातीएवढ्या पाण्यात उभे राहून ते गायत्री मंत्राचे पुरश्चरण आणि 'श्रीराम जय राम जय जय राम' या त्रयोदशाक्षरी राममंत्राचा जप करीत असत. रोज सहा तास अशा पद्धतीने तेरा कोटी वेळा नामस्मरण करून झाल्यावर समर्थांची उपासना फळाला आली.

श्रीराम हेच समर्थांचे सद्‌गुरू. समर्थ फक्त पाच घरी भिक्षा

मागत. मिळालेल्या भिक्षेचा श्रीरामाला नैवैद्य दाखवत असत. तसेच त्यातील काही भाग पशुपक्ष्यांना खायला घालून नंतर उरलेला भाग स्वत: खात असत. दुपारी दोन तास ते मंदिरात श्रवण साधना करीत आणि नंतरचा वेळ वेद, उपनिषदे, प्राचीन ग्रंथ आणि विविध शास्त्रे इत्यादींचा अभ्यास करीत असत. त्यांच्या साधकावस्थेत त्यांनी केलेली रामाची प्रार्थना म्हणजेच करुणाष्टके. व्यायाम, उपासना आणि अध्ययन या तीन गोष्टींना समर्थांच्या जीवनात मोठे स्थान होते. इतक्या वर्षांच्या अथक साधनेमुळे, तपश्चर्येमुळे समर्थांना एक प्रकारचे तेज प्राप्त झाले होते. बारा वर्षांच्या या सातत्यपूर्ण उपासनेमुळे त्यांन आत्मसाक्षात्कार झाला, असे म्हटले जाते.

समर्थांनी चोविसाव्या वर्षी तीर्थयात्रेस सुरुवात केली. त्यानंतर बारा वर्षे त्यांनी भारतभर परिभ्रमण करून देशाची आणि समाजाची स्थिती जाणून घेतली. श्रीरामप्रभूंच्या आज्ञेनुसार समर्थांनी वयाच्या छत्तिसाव्या वर्षी, शके १५५६मध्ये महाराष्ट्रात कृष्णा नदीच्या किनारी वास्तव्य करून प्रत्यक्ष लोककार्याला सुरुवात केली. स्वत्व हरवलेल्या, नैराश्याने ग्रस्त समाजाला त्यांनी नवचेतना दिली. संपूर्ण भारतभर अकराशे मठांतून १४०० तरुण शिष्यांची देशव्यापी संघटना उभी केली. समाज केवळ मनाने नाही आणि तनानेही बलवान व्हावा, या उद्देशाने अकरा मारुतींची स्थापना करून लोकांना बलोपासनेसाठी उद्युक्त केले.

सामर्थ्य आहे चळवळीचे । जो जो करील तयाचे ।
परंतु तेथे भगवंताचे । अधिष्ठान पाहिजे।।

या समर्थांच्या उक्तीनुसार चळवळींच्या सामर्थ्याबरोबर भगवंताचे अधिष्ठान म्हणून श्रीरामाचा आदर्श त्यांनी समाजापुढे ठेवला. प्रयत्न आणि प्रबोध यांवर लक्ष केंद्रित करून महाराष्ट्राला स्वातंत्र्याचे महत्त्व पटवले.

समर्थांनी विपुल वाङ्मयनिर्मिती केली. समाजातील अंधश्रद्धा, अविचार, अनैतिकता, निरुत्साह अशा दोषांवर टीका करणारी पण साध्या भाषेतील रोखठोक, निर्भिड आणि स्पष्ट मांडणी ही त्यांच्या लिखाणाची वैशिष्ट्ये होत. समर्थांनी लिहिलेल्या साहित्यापैकी 'श्रीमत् दासबोध' आणि 'श्रीमनोबोध' हे दोन ग्रंथ सर्वोत्तम आणि कालातीत आहेत. दासबोधात एकूण वीस दशक असून प्रत्येक दशकात दहा समास आहेत; म्हणजेच संपूर्ण दासबोधात एकूण दोनशे समास आहेत. प्रयत्न, प्रतीती आणि प्रबोध या त्रिसूत्रीमधून समर्थांनी मनुष्याच्या दैनंदिन जीवनात येणाऱ्या अनेक विषयांवर दासबोधाच्या माध्यमातून भाष्य केले आहे.

अध्यात्माचा मार्ग स्वीकारून मोक्षमार्गाची साधना कशी करावी, याचे मार्गदर्शन एकीकडे करतानाच दुसरीकडे जगण्यासाठी आवश्यक असणारे व्यावहारिक ज्ञान सामान्यजनांना सुलभ आणि सुबोध भाषेत देत रामदास स्वामी सहजपणे विवेक व्यवस्थापनाचा धडा देऊन जातात. मानवी विचार प्रथम विकारग्रस्त कसे होतात आणि त्यावर मात कशी आणि केव्हा करावी यांसारख्या अनेक प्रश्नांची उत्तरे समर्थांच्या मनाच्या श्लोकांतून मिळतात. मनुष्याने आपली वागणूक कशी ठेवावी आणि कशी ठेवू नये, हे समर्थांनी दासबोध आणि मनोबोधातून सांगितले आहे. हे ग्रंथ पुनःपुन्हा वाचताना प्रत्येक वेळी वेगळा विचार, वेगळा अर्थ लक्षात येतो आणि समर्थ रामदासांच्या अलौकिक साहित्यप्रतिभेची अनुभूती मिळते.

दासबोधात समर्थांनी प्रपंच, राजकारण, संघटन, व्यवस्थापन, व्यवहारचातुर्य, व्यक्तिमत्त्व विकास, सभ्यता आणि शिष्टाचार अशा अनेक गोष्टींचा अंतर्भाव केला आहे. इतकेच नाही तर मूर्ख मनुष्याची लक्षणेही समर्थांनी दासबोधात दिलेली आहेत. दासबोध आणि मनाचे श्लोकांचे वारंवार वाचन करताना सुरुवातीला हे विचार सामान्यांसाठीचे मार्गदर्शक म्हणून भावतातच. मात्र नंतर जितक्या वेळा वाचू, तितक्या वेळा हे विचार आपल्या आजच्या आयुष्यामधील अनेक प्रकारच्या नियोजनासाठी - मग ते मनाचे असो, आयुष्याचे असो, वेळेचे असो किंवा आर्थिक असो - चपखल बसतात. उद्योग-व्यवसाय व्यवस्थापनात दासबोध आणि मनाचे श्लोक यांची उपयुक्तता आजवर अनेक मान्यवरांनी लेखांमधून, पुस्तकांतून सांगितली आहे. दासबोधातील श्लोक किंवा मनाचे श्लोक यांचे वैशिष्ट्य हेच की, कोणत्याही काळात, कोणत्याही विषयासाठी हे श्लोक लागू होतात. शिवाय साध्या-सोप्या भाषेत असल्यामुळे श्लोकांमध्ये व्यक्त केलेले विचार सहजपणे समजतात. म्हणूनच दासबोधाच्या अभ्यासातून सामान्य माणसाला गुंतवणूक, नियोजन आणि आर्थिक व्यवस्थापन यांचा नेमका बोध होतो.

गुंतवणुकीची विद्यमान कोणतीही साधने उपलब्ध नसताना व आर्थिक नियोजनाची संकल्पना अस्तित्वात नसताना समर्थांनी सांगितलेल्या युक्तीच्या आणि हिताच्या गोष्टी आज इतक्या वर्षांनंतरही तंतोतंत सुसंगत ठरतात. प्रत्येकाच्या मनात उद्भवणारे प्रश्न, शंका-कुशंका यांचे निरसन दासबोधात करताना समर्थ आपुलकीने समुपदेशन करतात आणि वाचकांना मार्ग दाखवतात.

समाजातील अज्ञान, दु:ख आणि भ्रांत किंवा काळजी नष्ट होऊन लवकर ज्ञानप्राप्ती व्हावी, हीच दासबोधाची फलश्रुती आहे. कायम आश्वासक आधार देणाऱ्या समर्थांना साक्षी ठेवून दासबोधातून लेखकाला झालेला गुंतवणूक बोध या पुस्तकामधून वाचकांसमोर ठेवला आहे.

■

मनोगत

शालेय जीवनात समर्थ रामदास स्वामींची ओळख अगदी नकळतपणे झाली. आमच्या शाळेचा दिवसच मुळी मनाच्या श्लोकांचे पठण करून होत असे. पुढे इतिहासाच्या पुस्तकातून समर्थ भेटले. त्यानंतरच्या आयुष्यातही वर्तमानपत्रे, मासिके, दैनिके, सामाजिक उपक्रम यांच्या माध्यमातून समर्थांचे मौलिक विचार वाचनात आले, अभ्यासता आले. आपल्याला आधुनिक वाटणाऱ्या गुंतवणुकीसारख्या क्षेत्रातसुद्धा रामदास स्वामींनी सांगितलेले विचार लागू होतात, याची पहिली अनुभूती मनाचे श्लोक पुन:पुन्हा अभ्यासताना मिळाली.

पुढे वर्ष २०००मध्ये सामना दैनिकात यावर आधारित लेखमाला लिहिताना दासबोधाचा भावार्थ हाताशी आला. त्यातून या लेखमालेला एक वेगळीच दिशा मिळाली. ही लेखमाला वाचून दाजीशास्त्री पणशीकर यांनी मला संपूर्ण दासबोध अभ्यासून गुंतवणूक आणि आर्थिक नियोजन याच विषयांना केंद्रस्थानी ठेवून पुस्तक लिहिण्यास प्रेरित केले असे म्हटले, तर वावगे ठरणार नाही. परंतु व्यावसायिक आणि प्रापंचिक जबाबदाऱ्यांमुळे हा विषय मागे पडत होता. कोविड काळात पहिल्या लॉकडाउनमध्ये दासबोध अभ्यासून कच्चा मसुदा आणि मुद्दे निश्चित केले आणि दुसऱ्या लॉकडाउनमध्ये पुस्तकाचा पहिला ढाचा तयार झाला.

दिवाळी अंकात एक-दोन लेख लिहून वाचकांना हा विषय कितपत आवडू शकतो याची खात्री करून घेतली. अपेक्षित वाचकवर्ग म्हणून साधारण लिहिता-वाचता येणाऱ्या सामान्य लोकांना, तसेच संतसाहित्याची सातत्याने पारायणे करणाऱ्या वारकऱ्यांना नजरेसमोर ठेवले आहे. आर्थिक क्लिष्ट परिभाषा टाळून, सुबोध भाषेत माहिती देतानाच पुस्तक जाडजूड होणार नाही याची खबरदारी घेतलेली आहे. जेणेकरून ते वाचण्याची उत्सुकता टिकून राहावी. रामदास स्वामींचे विचारधन आर्थिक, व्यावहारिक आणि गुंतवणूक विषयक जगतात आजही कसे समर्पक आणि कालसापेक्ष आहे, ते दर्शविण्याचा माझ्या अल्पमतीने प्रयत्न केला आहे. यासाठी मी ह.भ.प. लक्ष्मण रामचंद्र पांगारकर संपादित दासबोध प्रतीचा संदर्भ घेतला आहे, हेही आवर्जून नमूद करायला हवे.

नेहमीप्रमाणे सकाळ प्रकाशनाने हा विषय ऐकून पुस्तक प्रकाशित करण्याची तयारी दाखवली, त्याबद्दल प्रकाशनाचे प्रमुख आशुतोष रामगीर व संपादिका ऐश्वर्या कुमठेकर यांचे आभार! संत साहित्याचे गाढे अभ्यासक दाजीशास्त्री पणशीकर यांनी पुस्तकाचा दुसरा मसुदा वाचून केलेल्या सूचनांचा अंतर्भाव केला आहे. दाजीशास्त्रींचे आणि माझे गेल्या चार दशकांचे स्नेहबंध आहेत. या पुस्तकाला प्रस्तावना देण्यासाठीचा माझा आग्रह आनंदाने मान्य करून त्यांनी वयाच्या नव्वदाव्या वर्षी या पुस्तकासाठी अतिशय अभ्यासपूर्ण प्रस्तावना दिली आहे. त्यांचे हे ऋण मी विसरू शकत नाही! पुस्तकाची नेमकी मांडणी आणि विषयानुरूप मुखपृष्ठ करणारे यशोधन लोवलेकर यांचेही आभार! वाचकांच्या स्नेहबंधामुळे आणि आजवरच्या उत्तम प्रतिसादामुळे त्यांच्या ऋणात मी कायम असणार आहे.

विनायक कुळकर्णी

अनुक्रमणिका

१. म्हणोन असावी दीर्घ सूचना ।
अखंड करावी चाळणा । १९

२. जे कळेना ते जाणावे ।
विवेकबळे।। २५

३. ...मनासारिखे असावे ।
सकळ काही ।। ३४

४. ज्ञान म्हणजे आत्मज्ञान ।
पाहावे आपणासि आपण । ३७

५. लक्ष्मीपासून समर्थ ।
भाग्यासि आले ।। ४३

६. प्रसंग पडेल कैसा ।
कोण जाणे ।। ५०

७. जन्मवरी वाहोन भार ।
सेखी सांडून जसी ।। ५९

८. सावधपणे सर्व जाणावे ।
वर्तमान आधीच घ्यावे । ६४

९. करदायित्वाची ...याकारणे चतुरी ।
परीक्षा करावी । ७५

१०. येथील येथे अवघेचि राहाते ।
ऐंसे प्रत्ययास येते । ७९

म्हणोन असावी दीर्घ सूचना ।
अखंड करावी चाळणा ।

प्रगत मानवी जीवनामध्ये गेल्या अनेक वर्षांपासून आर्थिक गुंतवणूक, व्यवहार हे विशेष महत्त्वाचे ठरू लागले आहेत. अलीकडच्या काळात तर आर्थिक साक्षरता ही काळाची गरज बनली आहे. आर्थिक साक्षरतेविना अगदी सुशिक्षित माणसांचेही नुकसान होऊ शकते. आपल्या दैनंदिन जीवनात आर्थिक व्यवहारांशी निगडित गोष्टींचा किती आणि कसा प्रभाव पडू शकतो, याची सर्वांना कल्पना असतेच असे नाही. परिणामी आर्थिक व्यवहार-गुंतवणूक प्रक्रिया क्लिष्ट ठरते आणि आर्थिक निरक्षर सहज फसवले जाऊ शकतात.

समाजात आर्थिक स्तरानुसार गरीब आणि श्रीमंत असे दोन प्रकार दिसून येतात. गरिबी आणि श्रीमंती हे दोन्हीही घटक नैसर्गिक नसून मानवनिर्मित आहेत. श्रीमंत गरिबीकडे आणि गरीब श्रीमंतीकडे केवळ स्वतःच्या कृतीनेच जात असतात. मेहनत केल्याशिवाय काहीही मिळत नाही. आर्थिक व्यवहारांची, सर्व अधिकृत गुंतवणूक माध्यमांची व्यवस्थित माहिती घेऊन, अभ्यास करून त्यानुसार सातत्याने कृती करत राहिले; तर अशा गुंतवणुकीतून चिरकाल टिकणारी संपत्ती निर्माण होऊ शकते. अवास्तव लाभाच्या आमिषाला बळी न पडता घोटाळेबाज, फसव्या कंपन्यांपासून किंवा व्यक्तींपासून स्वतःला दूर ठेवता

आले; तर मनुष्याला अर्थसमृद्ध जीवनाचा आनंद घेता येऊ शकतो.

आता वास्तव जीवनातील काही उदाहरणे पाहू. अडीच दशकांपूर्वी सी-यू मार्केटिंग, सी. आर. भन्साळी यांनी गुंतवणूक क्षेत्र ढवळून काढले होते. कल्पवृक्ष, गोल्डन चेन, सिटी लिमोझिनसारख्या कंपन्यांच्या भूलथापांना लोक सहज बळी पडले होते. काही वर्षांपूर्वी 'स्पीक आशिया' या सिंगापूरस्थित कंपनीच्या जाळ्यातही असेच अनेक जण अडकले होते. 'क्यू नेट' कंपनीचा घोटाळा असो, की बिटकॉइनसारख्या कूटचलनाचा गैरव्यवहार असो किंवा आणखी कुठली फसवी योजना... अशा अनेक कंपन्यांच्या जाळ्यात सामान्य जन सहज अडकले जातात. अडकणाऱ्यांमध्ये गरीब, अशिक्षित, उच्चविद्याविभूषित, व्यावसायिक, श्रीमंत अशा सर्वच प्रकारच्या लोकांचा समावेष असतो. ही प्रकरणे थोडी विस्ताराने पाहिल्यास असे दिसते, की यात दोष केवळ त्या कंपन्यांचा किंवा योजनांचाच असतो असे नव्हे, तर त्यांना लबाडी करायची संधी आपण लोकांनीच दिलेली असते. घसघशीत परतावा, जास्त उत्पन्न दर अशा आमिषांना बहुसंख्य लोक सहज बळी पडतात हे पक्के माहिती असल्यानेच अशा कंपन्यांचे फावते. या कंपन्या किंवा योजना अचानक उगवतात आणि तितक्याच आकस्मिकपणे गायबही होतात. आजवर मल्टिलेव्हल मार्केटिंग कंपन्या, जमिनीच्या प्लॉटर्स कंपन्या, ईमू-शेळ्या-बकऱ्यापालन कंपन्या, साग लागवड कंपन्या तसेच शेरेगर, केबीसी, कल्पवृक्ष अशा बऱ्याच कंपन्यांनी सामान्य जनतेच्या आर्थिक निरक्षरतेचा लाभ उठवत त्यांना किमान बावीस हजार कोटी रुपयांना हातोहात फसवले आहे. अनेक बँका आणि युलिप पॉलिसी यांच्या माध्यमातून २००४-०५ ते २०१०-११ या सात आर्थिक वर्षांत एकूण १.५ ट्रिलियन रुपयांचा गैरव्यवहार झालेला आहे. (एक ट्रिलियन म्हणजेच एकावर बारा शून्ये) या रकमेपैकी ७१ टक्के रक्कम म्हणजे १.१३ ट्रिलियन रुपये कमिशनच्या नावाखाली बँकांना आणि एजंट्सना देण्यात आले होते. समर्थांनी सांगितलेले पुढील वचन अशा परिस्थितीवर नेमके भाष्य करते -

आपले अर्थ दुसऱ्यापासी । आणी दुसऱ्याचे अभिळासी ।
पर्वत करी हीनासी । तो एक मूर्ख ।।६१।।

(दशक २ समास १)

आपले द्रव्य म्हणजेच धन दुसऱ्याकडे ठेवतो आणि दुसऱ्याच्या द्रव्याची अभिलाषा धरतो, अविश्वासार्ह लोकांबरोबर देण्याघेण्याचा व्यवहार करतो; तो

मूर्ख असतो. उपरोक्त घटनांमध्ये गुंतवणूकदार लोभापोटी असाच विचार करून कृती करत असतो. अशा लोभी आणि अविचारी गुंतवणूकदारांना समर्थ सांगतात -

आकलबंद नाही जेथे । अवघेचि विस्कळित तेथे ।
येथे आकलेविण ते । काय आहे ।। २८ ।।

(दशक १२ समास ९)

अक्कल वापरली नाही, तर सर्व जीवन विस्कळीत होते. अकलेशिवाय माणूस काही कामाचा नसतो.

अग्नि गृहासी लागला । आणि सावकास निजेला ।
तो कैसा म्हणावा भला । आत्महत्यारा ।। ७ ।।

(दशक ११ समास ३)

स्वतःच्या घराला आग लागली असताना जो झोपून असतो, त्याला शहाणा कसा म्हणणार? त्याला आत्मघातकीच म्हणायला हवे. धोके लक्षात न घेता फसव्या योजनांना बळी पडून आपले पैसे दुसऱ्याकडे सोपवणारे हे याच प्रकारचे लोक असतात.

एवढेच कशाला; आयुर्विमा पॉलिसीज केवळ गुंतवणूक म्हणून घेणे, क्रेडिट कार्डवर खरेदी केल्यावर क्रेडिट कार्डचे बिल वेळेत न भरता किंवा फक्त कमीत कमी रक्कम भरण्याच्या जाळ्यात अडकणे, चक्रवाढ व्याजदराचे गणित लक्षात न घेता क्रेडिट कार्डवर उचल घेणे, वैयक्तिक कर्ज घेणे, विविध प्रकारच्या सोशल मीडियावरील लोकांनी दिलेल्या विविध प्रकारच्या शेअर्स तसेच इतर अनेक गुंतवणुकीच्या टिप्स ऐकून, स्वतः त्याची कोणतीही खातरजमा न करता मोठ्या रकमांची गुंतवणूक त्यात करणे, माध्यमांमधून दिसणाऱ्या स्वस्तातील खरेदी, पर्यटन अशा जाहिरातींच्या आमिषाला बळी पडणे, कोणत्याही प्रकारचे जमाखर्चाचे बजेट कधीच लक्षात न घेणे, वैद्यकीय विम्याची गरज लक्षात न घेणे, आपत्कालीन प्रसंगासाठी कोणतीही आर्थिक तरतूद न करणे, कोणत्याही गुंतवणुकीचे फायदे-तोटे न अभ्यासता अधिक लोभाच्या आशेने अविवेकी निर्णय घेणे या सगळ्या बाबी गुंतवणूकदारांची बेफिकीर वृत्ती दर्शवतात.

दुर्जनाचेनि बोले । मर्यादा सांडून चाले ।
दिवसां झांकिले डोळे । तो येक मूर्ख ।।४४।।

(दशक २ समास १)

प्रत्येक आर्थिक व्यवहार असो वा गुंतवणुकीची प्रक्रिया असो किंवा आयकर संबधित बाबी असोत, ते नीटपणे समजून-उमजून आणि पूर्ण माहिती घेऊन केले; तर किमान सुशिक्षित लोक तरी अशा फसवणुकीपासून स्वतःला दूर ठेवू शकतील, असा विश्वास समर्थ दासबोधातून देतात.

पत्रेविण पर्वत करू नये। हीनांचे रुण घेऊ नये।
गोहीविण जाऊ नये। राजद्वारा ।।२०।।

(दशक २ समास २)

लेखी कागदपत्रांशिवाय देण्याघेण्याचा कोणताच व्यवहार करू नये. फसव्या, लबाड लोकांकडून कधीच कर्ज घेऊ नये. व्यवस्थित साक्षीपुरावे असल्याशिवाय राजदरबारी म्हणजेच कोर्टकचेऱ्यांत जाऊ नये. समर्थ अगदी चोखपणे केवळ गुंतवणूकदारालाच नव्हे, तर सामान्य जनांना असा मोलाचा सल्ला देतात. समाजातील निरक्षरतेवर तर समर्थांनी कायमच कोरडे ओढले आहेत. जर ज्ञानच नसेल, तर मनुष्य व्यवहारकुशल कसा होणार? आणि व्यवहारच समजून घेतला नाही, तर फसवणूक हमखास होणार. म्हणून समर्थ प्रश्न विचारतात -

अज्ञानास भेटतां अज्ञान । तेथे कैंचे सांपडेल ज्ञान ।
करंट्यास करंट्याचे दर्शन । होता भाग्य कैंचे? ।।२५ ।।

(दशक ६ समास १)

अज्ञानाला अज्ञानीच भेटला, तर ज्ञान कुठून मिळणार? करंट्याला करंटाच भेटला तर भाग्य कसे उजळणार?

आर्थिक तसेच व्यावहारिक निरक्षरता असल्याने मनुष्याला स्वतःचे हित-अहित पटकन लक्षात येत नाही. हातात आलेल्या नाण्याची पारख करताना, ते नाणे खरे आहे की खोटे हे सांगणारा मार्गदर्शक निदान सुरुवातीच्या काळात तरी लागतोच ना! हा मार्गदर्शक एखाद्या पुस्तकाच्या रूपात किंवा सल्लागाराच्या रूपात मिळाला, की भ्रांती आणि अज्ञान दूर होते. आर्थिक, व्यावहारिक साक्षरतेमुळे भविष्यात होणारे आर्थिक नुकसान टळले जातेच; पण त्यामुळे आपले कौटुंबिक आर्थिक स्थैर्यही टिकवता येते. त्याचमुळे समर्थ सांगतात की -

म्हणोन असावी दीर्घ सूचना । अखंड करावी चाळणा ।
पुढील होणार अनुमाना । आणून सोडावे ।।१२।।

(दशक १२ समास १)

म्हणूनच माणसाने नेहमी दूरदृष्टी ठेवून विचार करणे इष्ट ठरते. विचारामुळे परिस्थितीतून वाट काढण्याचे निरनिराळे मार्ग निघतात. चाळणीतून धान्य स्वच्छ करतात त्याप्रमाणेच आपले हे सगळे विचार चाळून पाहावेत. यामुळे परिस्थितीचे तसेच परिणामांचे अनुमान काढता येते. आपले विचार चाळून किंवा तपासून पाहिले नाहीत, तर काय होऊ शकते हे समर्थांनी पुढील ओवीतून सांगितले आहे -

चाळणेचा आळस केला । तरी अवचित पडेल घाला ।
ते वेळे सावरायला । अवकाश कैंचा ।।१५।।

(दशक १२ समास १)

भावी काळातील परिस्थितीबद्दल जर आपण वैचारिक चाळण केली नाही, तर अचानक आपत्ती उद्‌भवू शकते आणि अशा आपत्कालीन प्रसंगातून बाहेर पडायला केलेले पूर्वचिंतनच कामी येते. अन्यथा त्यातून सावरणे कठीण होते.

आर्थिक साक्षरता मनुष्याला आर्थिकदृष्ट्या सबळ करते. परिणामी आपली आणि आपल्या कुटुंबाची आर्थिक उद्दिष्टे पूर्ण करता येतात. आज पैसा हा एक परवलीचा शब्दच नव्हे, तर साधन ठरले आहे. पैशाच्या स्वरुपात अनेक स्थित्यंतरे झाली. आज पैशाची आसक्ती अधिकाधिक वाढत चालल्याचे दिसत असले, तरीही समर्थांनी याबाबत आधीच सूचना दिली होती.

प्रपंची पाहिजे सुवर्ण । परमार्थी पंचीकरण ।
महावाक्यांचे विवरण । करिता सुटे ।।२९।।

(दशक ११ समास ३)

समर्थ आवर्जून सांगतात की; संसार चालवताना सोने-नाणे आवश्यक असतेच, तसेच परमार्थामध्ये पंचीकरण महत्त्वाचे असते. (शास्त्रांमध्ये पृथ्वी, आप, तेज, वायू आणि आकाश ही पाच महाभूते मानली आहेत. परंतु या प्रत्येक महाभूताचा स्वतंत्र गुण आणि कार्य असते. तरीही हे प्रत्येक महाभूत स्वतंत्र नसते. त्यामध्ये चार महाभूतांचा सहभाग असतोच. यालाच समर्थ 'कर्दम' असे संबोधतात. या कर्दमाला आणि त्यातून निर्माण होणाऱ्या व्यवहारांना पंचीकरण असे म्हटले जाते.) आजवर पैसा म्हणजे मोह, मद आणि मत्सर अशी झालेली आध्यात्मिक ओळख. आता कालपरत्वे ती बदलली आहे. आपल्या गरजांचे, उत्पन्नाचे आणि गुंतवणुकीवरील लाभांचे केलेले नियोजन म्हणजे 'पैसा' असतो. पैसा म्हणजे पाकिटात असलेली नोटांची चवड किंवा खिशात खुळखुळणारी नाणी नव्हेत, की

बँकेच्या बचत खात्यात नुसतीच साठवून ठेवलेली रक्कम नव्हे.

आपण केलेली आर्थिक बचत ही आपल्याला वैयक्तिक गरजांसाठी उपयोगी पडतेच, पण त्याचप्रमाणे ही बचत आपल्या राष्ट्रीय संपत्तीतही भर घालते. परिणामी ती देशाच्या अर्थव्यवस्थेसही उपयुक्त ठरते. बचत करणे आणि आपल्यापाशी असलेल्या रकमेचा योग्य प्रकारे विनियोग करणे या दोन्ही गोष्टी महत्त्वाच्या असतात. पैशांचा विनियोग करताना विवेकीपणाने आणि डोळसपणाने निर्णय घेतले, तर वैयक्तिक आयुष्य समृद्ध होण्याबरोबरच आपला देशसुद्धा अधिक संपन्न होतो.

सुवर्णाचे लोहो काही । सर्वथा आता होणार नाही ।
तैंसा गुरुदास संदेही । पडोंचि नेणे सर्वथा ।।१२।।

(दशक १ समास ४)

परिसाच्या स्पर्शाने एकदा का लोखंडाचे सोने झाले, की पुन्हा ते लोखंड होत नाही. त्याचप्रमाणे आपल्या दासाचे अज्ञान एकदा दूर केले, की परत तो संशयात पडत नाही.

प्रामाणिकपणा असेल आणि कठोर परिश्रम करण्याची तयारी असेल, तर आर्थिकदृष्ट्या स्वतंत्र होण्याचा मार्ग सापडतो. एकवेळ पैसा मिळवणे सहजसाध्य ठरते, पण मिळालेला पैसा हुशारीने राखून ठेवणे आणि त्यात वाढ करत राहणे जिकिरीचे काम असते. विद्यमान आर्थिक बाजारपेठेतील धोरणांचा, उलाढालींचा आपल्या आर्थिक नियोजनावर कसा आणि किती परिणाम अपेक्षित आहे ते समजून घेणे यासाठी गरजेचे असते. त्यासाठी या क्षेत्रातील तज्ज्ञ लोकांनी सांगितलेली माहिती तसेच आपल्या आर्थिक सल्लागाराशी चर्चा करणे आवश्यक ठरते. उदाहरणार्थ, निधी व्यवस्थापनाचा खर्च, धोरण प्रशासकीय शुल्क, जीएसटी इत्यादी खर्च विम्याच्या हप्त्यातून कापून घेतले जातात; त्यामुळे विमा कंपन्यांच्या युलिप योजना आपल्यासाठी खरेच फायदेशीर ठरतील का किंवा जमीनखरेदीमधील गुंतवणुकीचा सल्ला मिळाला, तरी व्यावहारिकदृष्ट्या आपल्यासाठी कोणत्या प्रकारची जमीन खरेदी कितपत योग्य ठरेल यावर विचार होणे आवश्यक असते. आपली सर्व गुंतवणूक आपण कष्टाने मिळवलेल्या पैशांची असल्याने, त्याची सर्व जबाबदारी दुसऱ्या व्यक्तीवर टाकून देता येत नाही. पैसा आपला आहे आणि तो आपणच जपला पाहिजे, हे कायम ध्यानात ठेवायला हवे.

■

जे कळेना ते जाणावे ।
विवेकबळे।।

'आयुष्यात पैसा म्हणजेच सर्वकाही नव्हे' किंवा 'पैसे नसले तरी फरक पडत नाही, मनाची श्रीमंती जास्त महत्त्वाची' वगैरे वाक्ये आपल्यापैकी प्रत्येकाने कधी ना कधी ऐकली असतील. ती आदर्श आहेत; मात्र प्रत्यक्ष आयुष्यात गाठीशी पुंजी शिल्लक नसेल, हातात पैसे नसतील, तर काय परिस्थिती उद्‌भवेल याची कल्पना करून पाहावी. विशेषतः कौटुंबिक अडचणी, संकटे, आजारपण, वृद्धापकाळ अशा वेळी याची दाहकता अधिक जाणवते. म्हणून रामदास स्वामी सांगतात -

म्हणोन दीर्घसूचनेचे लोक । त्यांचा पाहावा विवेक ।
लोकांकरितांचि लोक । शाहाणे होती ।।१६।।
परि ते शाहाणे वोळखावे । गुणवंताचे गुण घ्यावे ।
अवगुण देखोन सांडावे । जनामध्ये ।। १७।।

(दशक १२ समास १)

नेहमी दूरदृष्टीने वागणाऱ्या लोकांचे निरीक्षण करून त्यांचा विवेक म्हणजे विचार जाणून घेतला, तर आपल्याला त्यापासून काही शहाणपण घेता येईल. पण ते शहाणे कोण हे ओळखता आले पाहिजे. अशा गुणवान लोकांचे सद्‌गुण तितके स्वीकारावेत आणि अवगुणांकडे चक्क दुर्लक्ष करावे. 'असेल माझा हरी तर देईल खाटल्यावरी' असे म्हणून संसारात आणि व्यवहारात चालत

नाही. इथे विवेकाला म्हणजेच विचारांना खूप महत्त्व आहे.

पैसे गाठीशी असणे हे आवश्यक आहेच, मात्र श्रीमंत होण्यासाठी लोक कोणत्याही मार्गांचा अवलंब करतात. श्रीमंतीच्या हव्यासापोटी देवाला साकडे घालतात. उपास-तापास, व्रत-वैकल्ये, उपासना, पूजा, दानधर्म हे सर्व करण्यात कितीतरी वेळ आणि पैसा खर्च करत राहतात. समाजाच्या प्रवृत्तीवर समर्थांनी कोरडे ओढले आहेत. समर्थ सांगतात की, भगवंतकृपेसाठी या कशाचीही गरज लागत नाही. त्याचे नामस्मरणही पुरेसे असते. समर्थ पुढे सांगतात की -

पृथ्वीमध्ये जितुकी शरीरे ।
तितुकी भगवंताची घरे ।।

या पृथ्वीतलावरील सर्व शरीरांत परमेश्वर आहे. त्यामुळे मनामध्ये कोणताही संशय न बाळगता, कर्मकांडांच्या मागे न लागता देवाचे केवळ नामस्मरण करीत नेमके प्रयत्न करावेत. त्यासाठी योग्य ज्ञान मिळवावे, आर्थिक शिस्त लावून घ्यावी, खर्चाचा हिशोब मांडावा आणि त्याचे विश्लेषण करावे. अशा प्रकारचे प्रयत्न हे अधिक परिणामकारक ठरू शकतात. स्वतः काहीच कष्ट न करणाऱ्या, मात्र आपल्या आजूबाजूच्या लोकांच्या आर्थिक प्रगतीकडे लालसेने पाहणाऱ्या लोकांचे वर्णन समर्थांनी पुढच्या ओवीमध्ये केले आहे -

व्याप आटोप करिति । धके चपेटे सोसती ।
तेणे प्राणी सदेव होती । देखतदेखता ।।३।।

(दशक १५ समास ३)

तुमच्या डोळ्यांदेखत तुमचे शेजारी-पाजारी प्रगती करत काही काळात वैभवसंपन्न होतात. त्यासाठी त्यांनी कष्ट घेतलेले असतात, परिश्रम केलेले असतात. हे सर्व समजून-उमजूनसुद्धा त्यांची प्रगती डोळ्यांत खुपणारे, पण स्वतः काही कष्ट न घेता शांत बसून राहणारे लोक मूर्खच म्हटले पाहिजेत. स्वतःच्या कष्टाने काहीही न मिळवता केवळ दुसऱ्यांच्या द्रव्याविषयी किंवा संपत्तीविषयी अभिलाषा धरू नये. त्यामुळे पापसंचय वाढतो. शिवाय लोभी वृत्तीमुळे मन तृप्त होत नाही. परिश्रमाचे, कष्टाचे महत्त्व सांगताना समर्थ म्हणतात -

कष्टेविण फळ नाही । कष्टेविण राज्य नाही ।
केल्याविण होत नाही । साध्य जनी ।।३।।

(दशक १८ समास ७)

कष्टाशिवाय कोणतेही फळ मिळत नाही. कष्टाशिवाय राज्यसुद्धा मिळवता, चालवता येणे कठीण आहे. प्रयत्न केल्याशिवाय काहीही साध्य होत नाही.

आपला भारत देश लोकसंख्येमध्ये जगात अव्वल क्रमांकावर आहे. लोकसंख्या नियंत्रणात आणण्यासाठी भारत सरकारने अनेक योजना राबवल्या, अजूनही राबवत आहे. त्या योजनांपैकी एक सरकारी जाहिरात चांगलीच लक्षात राहिली आहे - 'छोटे कुटुंब, सुखी कुटुंब'! किती नेमके आणि योग्य आहे हे. आधीच आपल्या देशाची लोकसंख्या प्रचंड आणि त्यात मोठ्या प्रमाणात असलेले दारिद्र्य. हे कमी करायचे असेल, तर कुटुंब मर्यादित ठेवणे आणि परिणामत: गरिबी दूर करणे हे आवश्यक आहे. गरीब लोक गरीबच का राहतात याचा गांभीर्याने विचार करण्याची वेळ आली आहे. गरिबी दूर करण्यासाठीची सुरुवात कुटुंबापासून झाली पाहिजे. कुटुंब जितके लहान, तितके सुखी किंवा आर्थिकदृष्ट्या संपन्न होते. म्हणजे समजा, घरात जर कमावती व्यक्ती एकच असेल आणि खाणारी तोंडे म्हणजेच त्या व्यक्तीवर अवलंबून असलेले अधिक असतील, तर येणारा पैसा तितक्या पटीत विभागला जातो. मात्र तितकेच अर्थार्जन करणाऱ्या दुसऱ्या व्यक्तीचे कुटुंब जर लहान असेल, तर या दोन्ही कुटुंबाचा आर्थिक स्तर वेगळा होतो. समर्थांनी शेकडो वर्षांपूर्वी हे ओळखून त्याबद्दल लिहून ठेवले आहे -

लेकुरे उदंड झाली । ते तो लक्ष्मी निघोन गेली ।
बापडीं भिकेस लागली । कांही खाया मिळेना ।।१।।

(दशक ३ समास ४)

आजच्या महागाईच्या काळात याचा विचार सरकारी तसेच वैयक्तिक स्तरावरही करायला हवा आहे. पण तसे प्रयत्न होत नाहीत आणि गरिबांची संख्या वाढते. मग या वाढत्या कुटुंबाच्या मूलभूत गरजाही पूर्ण होऊ शकत नाहीत. शेवटी सरकारच्या नावाने आणि महागाईच्या नावाने खडे फोडले जातात. समर्थ यावर खडे बोल सुनावतात -

ऐसी घरवात वाढली । खाती तोंडे मिळाली ।
तेणे प्राणियांस लागली । काळजी उद्वेगाची ।।६।।

(दशक ३ समास ४)

खाणारी तोंडे वाढली की साहजिकच संसाराचा बोजा वाढून एकीकडे काळजी वाटू लागते, तर दुसरीकडे याचा उद्वेग येतो.

जन्माला येताना प्रत्येक व्यक्ती स्वतंत्र आणि समान असते. परंतु प्रत्येक

व्यक्तीची आर्थिक परिस्थिती मात्र वेगवेगळी असते. प्रत्येक व्यक्तीचे शिक्षण, अर्थाजन करण्याची क्षमता आणि बचतीचे महत्त्व जाणून योग्य माध्यमात केलेली गुंतवणूक यावरून त्या व्यक्तीची सांपत्तिक स्थिती ठरते. समर्थ म्हणतात -

प्रपंची जो सावधान । तोचि परमार्थ करील जाण ।
प्रपंची जो अप्रमाण । तो परमार्थी खोटा ।।९।।

(दशक १२ समास १)

स्वतःच्या प्रपंचात जो सावध राहून दक्षतेने वागतो, तोच खरा परमार्थ करतो. ज्याला प्रपंचच नीटनेटका करता येत नाही, तो परमार्थातही खोटा ठरतो. एकत्र कुटुंबात सहसा वडिलधारी व्यक्ती 'कर्ता/कर्ती' किंवा 'कुटुंबप्रमुख' असते. त्यामुळे व्यक्तिसापेक्ष जोखमीचा घटक महत्त्वाचा ठरतो. बऱ्याचदा आर्थिक व्यवहाराचे सर्व अधिकार कुटुंबप्रमुखाला असतात. त्याच्या/तिच्या निर्णयाचे बरे-वाईट परिणाम सर्व कुटुंबावर होत असतात. अशा कुटुंबांत आर्थिक व्यवहाराचे निर्णय घेण्याआधी कुटुंबातील सर्व मिळवत्या व्यक्तींचा मतप्रवाह जाणून घेतला, तर तोटा न होता फायदाच होतो. विभक्त कुटुंबातही पती-पत्नी आणि सज्ञान मुलांशी चर्चा, विचारविनिमय करणे योग्य ठरते. 'कुटुंबप्रमुख' व्यक्तीने स्वतःची जबाबदारी आणि त्याबरोबरीने येणारी जोखीम याचे भान ठेवणे गरजेचे असते. वारस नामांकन करणे, स्थावर मालमत्तेशी निगडित कायदेशीर बाबी पूर्ण करणे इत्यादी गोष्टी कुटुंबप्रमुखाने करणे सर्वांच्याच हिताचे ठरते. अन्यथा त्या व्यक्तीच्या पश्चात संपूर्ण कुटुंबाला त्याचा त्रास भोगावा लागतो. या मुद्द्यावर भाष्य करताना समर्थ म्हणतात -

जे उमजेना ते उमजावे । जे दिसेना ते पाहावे ।
जे कळेना ते जाणावे । विवेकबळे ।।२२।।

(दशक ६ समास २)

जे उमजत नाही, ते विचारविमर्श करून, विवेकाने समजून घ्यावे. जे प्रत्यक्ष दिसत नाही, त्याची कल्पना करून ते पाहण्याचा प्रयत्न करावा. म्हणजे सगळ्या चांगल्या-वाईट शक्यता विचारात घ्याव्यात. जे कळत नाही, ते विवेकीपणाने समजून घ्यावे. पुढे समर्थ सांगतात -

गुप्त तेंचि प्रगटवावे । असाध्य तेंचि साधावे ।
कानडेंचि अभ्यासावे । सावकास ।।२३।।

(दशक ६ समास २)

जे गुपित आहे किंवा एखादी बाब गुप्त असेल, तर त्याची उकल करावी. त्याचा गर्भितार्थ समजून घ्यावा. जे असाध्य वाटते आहे, ते साध्य करण्याचा प्रयत्न करावा. जी गोष्ट कळण्यास दुर्बोध वाटते आहे किंवा पटकन लक्षात येत नाही आहे, त्यावर सावकाश अभ्यास करून निर्णय घ्यावा. कुटुंबप्रमुखाने व्यवहारचतुर कसे राहावे हे यातून समर्थांनी नेमकेपणाने सांगितले आहे.

पूर्वीच्या काळात अनेक घरांत स्त्रियांना आर्थिक व्यवहार, निर्णय यांपासून जाणीवपूर्वक दूर ठेवले जात असे. मात्र आता स्त्री वैचारिकदृष्ट्या, आर्थिकदृष्ट्या स्वतंत्र झालेली आहे. कुटुंबाच्या आर्थिक व्यवहारांमध्ये ती स्वतःहून लक्ष घालते. अर्थात, असे असले तरी स्वतःचे आर्थिक व्यवहार आपणहून वडिलांकडे किंवा नवऱ्याकडे सोपवणाऱ्या सुशिक्षित-सुजाण स्त्रियाही समाजात पाहायला मिळतात. तरीही आज भारतात ६५ ते ७० टक्के स्त्रिया आपल्या कुटुंबाचा आर्थिक ताळेबंद मांडतात. आपल्या घराची अर्थव्यवस्था चोख ठेवण्याचा प्रयत्न करतात. शहरी स्त्रियांची संख्या ७५ टक्क्यांहून अधिक आहे. आज शहरी स्त्री असो वा ग्रामीण स्त्री, तिने आपल्या कुटुंबाच्या आर्थिक व्यवहारांच्या दोऱ्या स्वतःच्या हातात घेतल्या आहेत. सुखी संसाराच्या स्वप्नांचा वेध घेणारी ही आजची स्त्री भविष्यातील आर्थिक उद्दिष्टांचे महत्त्व आणि क्रम ठरवू लागली आहे. कोविडसदृश्य परिस्थितीमुळे झालेल्या नोकर कपातीसारखी परिस्थिती उद्भवली तर प्रथम गुंतवणुकीतील शक्य तितका हिस्सा कर्जाचा भार कमी करण्यासाठी वापरणे हिताचे असते. भविष्यात असे प्रसंग आले तर... असा विचार करून त्यासाठी मानसिक तयारी करावी आणि आपत्कालीन आर्थिक नियोजनही करावे. असे केले तर कुटुंबाचे आर्थिक स्थैर्य अबाधित राहून मनावर ताण येत नाही. अचानक नोकरी सोडावी लागणे किंवा स्वेच्छानिवृत्ती स्वीकारावी लागणे.. अशा प्रकारच्या अशाश्वत परिस्थितीचा विचार प्रत्येकाने जरूर केला पाहिजे. समर्थ सांगतात की,

ऐका संसारासी आले हो । स्त्रीपुरुष निस्पृह हो ।
सूचितपणे पाहा हो । अर्थांतर ।।१।।

(दशक १२ समास २)

सर्व संसारी स्त्री-पुरुषांनो, मी जे काही सांगतो, ते सावधपणे ऐकून त्याचे अर्थ समजून घ्या.

शब्दपरीक्षा अंतरपरीक्षा । कांही येक कळे दक्षा ।
मनोगत नतद्रक्षा । काय कळे ।।११।।

(दशक १२ समास २)

तुम्ही संसारात सावध किंवा दक्ष राहणे गरजेचे आहे. तुम्ही शब्दपरीक्षा आणि अंतर-परीक्षा केली, तरच तुम्हाला इतरांच्या मनातील कळेल आणि त्यानुसार तुम्हाला वागता येईल.

अंथरूण पाहून पाय पसरण्याचा संस्कार करण्यात धन्यता मानताना वाढत्या शरीरांसाठी आणि व्यक्तींसाठी अंथरूणही मोठे घेण्याचा संस्कार टाळण्यात आलेला असतो. कायम मुटकुळी करून तोकड्या अंथरुणात झोपण्याची सवय स्वतःच्या आर्थिक विकासाला मारक ठरते. वाढणाऱ्या शरीरासाठी मोठे अंथरूण घेण्याची क्षमता कधी निर्माण करणार... आपल्यात आणि आपल्या मुलांमध्ये? बचतीचा संस्कार चांगला होत असतानाही आपल्याकडून अजाणतेपणे म्हणा किंवा काही वेळा जाणूनबुजून नेमक्या गुंतवणुकीचा आणि आर्थिक नियोजनाचा संस्कार करण्याचे राहून जाते. परिणामी हाती आलेल्या पैशाची योग्य गुंतवणूक होण्याऐवजी नसत्या लोभापोटी असुरक्षित ठिकाणी ते पैसे गमावले जाण्याची शक्यता निर्माण होते.

कर्जापासून लांब पळणारा मराठी माणूस जोखीमयुक्त आणि अवास्तव दरांना भुलून गुंतवणूक करताना मती भ्रष्ट झाल्यासारखा वागतो. अशा योजनांत गुंतवण्यासाठी प्रसंगी कुठूनही पैसे उभे करणारा हा माणूस खर्चाचे नेमके नियोजन करून आणि गरजा आटोक्यात ठेवून स्वतःचा आर्थिक स्तर उंचावण्यासाठी कर्जाचा उपयोग करताना आढळत नाही. याचे कारण म्हणजे कर्जाचा संस्कार घराघरात होतच नाही. आजवर एक पैशाचे कर्ज घेतलेले नसल्याचा वृथा अभिमान गोंजारत बसणारे आपण कर्जातून मालमत्ता निर्माण करण्याचे विसरून जातो. आपली बचत नेमकी कोणत्या योजनेत घातली, तर किती उत्पन्न दराने आपल्याला लाभ होऊ शकतो, हे मोजमाप करण्याचा गणिती संस्कार आपल्या मुलांवर केला पाहिजे आणि आपली आर्थिक उद्दिष्टे निश्चित करण्याचे धडे गिरवले पाहिजेत. घेतलेले गुंतवणुकीचे निर्णय अधिक व्यवहारी (Practical) आणि वास्तवपूर्ण (Realistic) का आणि कसे असावेत, याची उजळणी घरात कधी गोड बोलून, तर कधी काळजीच्या स्वरात मुलांकडे व्यक्त करावी. त्यावरील त्यांचे मत किंवा विचार ऐकण्याची आपली तयारी असावी. मागण्या आणि गरजा यांतील फरक त्यांना उदाहरणांनी समजावून देताना

त्यांची 'मागणी' पुरी करताना किती रक्कम वायफळ खर्च होणार आहे आणि याच रकमेत आपली आवश्यक 'गरज' कशी पूर्ण होऊ शकते हे सप्रमाण सिद्ध करावे.

स्त्रियांकडे स्वभावतःच नियोजन आणि व्यवस्थापनकौशल्ये असतात, असे म्हटले जाते. बऱ्याच उदाहरणांमधून ती ठळकपणे आपल्याला दिसून येतात. नियोजन, व्यवस्थापन, गुंतवणूक अशा गोष्टींचे लौकिकार्थाने शिक्षण न घेताही अनेक स्त्रिया आपापल्या कुटुंबांमध्ये याची प्रत्यक्ष अंमलबजावणी करत असतात. परिस्थितीचे निरीक्षण आणि येणारे अनुभव यांच्या आधारावर स्त्री आपल्या कुटुंबाला आर्थिकदृष्ट्या सावरायचा आणि सबळ करायचा प्रयत्न करते. ती कुटुंबप्रमुख असली वा नसली किंवा तिचा आर्थिक निर्णयात सहभाग असला अगर नसला, तरीही कुटुंबाची गरज, भविष्याची बेगमी यांबाबतीत तिचे स्वतःचे काही आडाखे असतात आणि त्यानुसार ती वागत असते. गृहलक्ष्मीच्या या अंगभूत गुणांचा योग्य तो आदर प्रत्येक कुटुंबात व्हायला हवा आणि तिला आर्थिक सक्षम होण्यासाठी पूर्ण सहकार्य मिळायला हवे. समर्थांच्या भाषेत सांगायचे झाल्यास -

जंव उत्तम गुण न कळे । तो या जनास काय कळे ।
उत्तम गुण देखता निवळे । जगदांतर ॥१८॥

(दशक १२ समास २)

जोपर्यंत तुमच्यातील उत्तम गुण लोकांना कळत नाहीत, तोपर्यंत लोकांना तुमचे महत्त्व पटत नाही. एकदा का या उत्तम गुणांची अनुभूती मिळाली, की लोक वश झालेच पाहिजेत.

आपल्याकडे अनेक स्त्रिया नोकरी, व्यवसाय अशी बाहेरची कामे करूनही घरातील सर्व कामांची जबाबदारी समर्थपणे सांभाळताना दिसतात. त्यांना नोकरीच्या ठिकाणी किंवा व्यावसायिक क्षेत्रात त्यांचे शिक्षण आणि कामाचा अनुभव यांवर आधारित मोबदला मिळतो. घरातील कामांसाठीही तसा मोबदला निश्चित करता येईल का? यावर महिला दिनाच्या निमित्ताने एक सर्वेक्षण केले गेले. त्यात निम्म्याहून अधिक स्त्रियांनी घरकामाचे मूल्यांकन करण्यास नकार दिला. घरकामाच्या मूल्यांपेक्षा स्त्रिच्या अस्तित्वाला आणि तिच्या विचारांना, मतांना घरात स्थान मिळावे अशा अपेक्षा अनेक स्त्रियांनी व्यक्त केल्या होत्या. कारण त्यांची नात्यांमध्ये, वास्तूमध्ये आणि घरातल्या वस्तूंमध्ये भावनिक गुंतवणूक अधिकच असते. अशा वेळी कुटुंबातील इतर व्यक्तींनी या भावना लक्षात घेऊन, ती घरात

करीत असलेल्या कामांचा आदर ठेवून तिचे श्रममूल्य (रिम्युनरेशन) समजून घेतले पाहिजे. स्त्रियांच्या या व्यथेवर समर्थांनी सांगितले आहे -

परंतु ही विवेकाची कामे । विवेके करील नेमे ।
इतर ते बापुडे भ्रमे । भांडोच लागले ।।४२।।

(दशक १२ समास १०)

ही विवेकाची कामे आहेत. ही कामे संपूर्ण विचारांती विवेकी लोकच समजून घेऊ शकतील. बाकीचे बिचारे गैरसमजातून किंवा भ्रमातून भांडणेच उकरून काढतील.

आपल्या पुरुषार्थवैभवे । बहुतांस सुखी करावे ।
परंतु कष्टी करावे । हे राक्षसी क्रिया ।।२७।।

(दशक १२ समास १०)

आपल्या कर्तृत्वाने - पुरुषार्थाने सर्व आबालवृद्धांना सुखी करावे. परंतु त्यांना कष्ट करायला लावणे, दुःख देणे ही राक्षसी क्रिया ठरते.

विभक्त कुटुंबात पती आणि पत्नी दोघेही आर्थिक आघाड्या सांभाळत असतात. दोघांपैकी कोणाचाही निर्णय चुकीचा ठरल्यास परिणाम सर्व कुटुंबाला भोगावे लागतात. आपली गरज, बचत क्षमता, भविष्यातील आर्थिक उद्दिष्टे आणि विद्यमान कौटुंबिक जबाबदाऱ्या या चार घटकांवर गुंतवणुकीचे निर्णय अवलंबून असल्याने याबाबत दोघांनी विचारपूर्वक कृती करणे योग्य ठरते. कुटुंबातील प्रत्येक व्यक्तीचा स्वभाव, उत्पन्न, खर्च करण्याची प्रवृत्ती आणि गुंतवणूक क्षमता वेगवेगळी असते. आर्थिक वाद टाळून आणि योग्य काळजी घेऊन व्यक्तिसापेक्ष जोखीम कमी करण्यासाठी कुटुंबातील प्रत्येक व्यक्तीने प्रयत्न केले पाहिजेत. म्हणूनच समर्थ आवर्जून सांगतात -

विरक्ते समय जाणावा । विरक्ते प्रसंग ओळखावा ।
विरक्त चतुर असावा । सर्व प्रकारे ।। २८ ।।
विरक्ते येकदेशी नसावे । विरक्ते सर्व अभ्यासावे ।
विरक्ते अवघे जाणावे । ज्याचे त्यापरी ।।२९।।

(दशक २ समास ९)

कोणत्याही कामात वेळप्रसंग पाहून सर्व प्रकारे चातुर्याने वागावे. विचार फक्त एकाच दिशेने करू नये. एकदेशी किंवा एकमार्गी न राहता सर्व विषयांचा अभ्यास

करावा. प्रत्येक विषयाचा नेमका अर्थ समजून घ्यावा. आर्थिक व्यवहार असोत किंवा कौटुंबिक व्यवहार असोत, अलिप्त राहून सर्व व्यवहार मार्गी लावावेत.

दृढनिश्चयो धरावा । संसार सुखाचा करावा ।
विश्व जन उद्धरावा । संसर्गमात्रे ।।२१ ।।

(दशक २ समास ९)

जे काम हाती घेऊ ते नेटाने करावे. दृढ निश्चय करून संसार सुखाचा करावा. या प्रवासात आपल्या संगतीत आलेल्या सर्व लोकांचा उद्धार करण्याचे आवाहन समर्थ करतात. याचे महत्त्वाचे कारण म्हणजे; आर्थिक सुस्थिती आली, की अनेक लोक इतरेजनांना विसरून जातात. साधी ओळखही दाखवत नाहीत. म्हणून समर्थ सांगतात -

प्राप्त जालिया संपत्ती । जीवांस करी यातायाती ।
कळवळा नये चित्ती । तो तमोगुण ।।२३।।

(दशक २ समास ६)

स्वत:ला संपत्ती मिळाली की इतरांना क्लेश देताना किंवा त्यांचा त्रास पाहताना ज्याच्या अंत:करणात जरासुद्धा दया-माया उत्पन्न होत नाही, तो तमोगुणी ठरतो.

■

...मनासारिखे असावे ।
सकळ काही ।।

सगळे आपल्याला हवे तसे घडावे असे आपल्याला नेहमी वाटते. या ओवीतून समर्थही त्याचेच वर्णन करत आहेत. चांगलेचुंगले खावे, प्यावे, चांगले अलंकार लेवावे, उत्तम वस्त्रे नेसावीत, सगळे काही मनासारखे असावे. परंतु सगळ्या गोष्टी नेहमीच आणि सहज मनाप्रमाणे घडत नाहीत किंवा घडणार नाहीत. त्याची कारणे अनेक असतात. कधी महागाई असते, तर कधी आपली आर्थिक परिस्थिती नसते. कधी आपणच कुठेतरी चुकतो किंवा प्रयत्नांत कमी पडतो. अशा वेळी नशिबाला दोष देण्यापेक्षा परिस्थिती समजून घेऊन उपाय शोधण्याचा प्रयत्न केला पाहिजे. कोणीतरी येऊन आपल्याला मदत करेल अशी वाट पाहण्यापेक्षा आपण स्वतः आणखी काय करू शकतो ते बघणे आवश्यक आहे. मात्र असे करताना केवळ पैशांकडे बघून गुणवत्ता आणि दर्जा यांच्याशी तडजोड करू नये. उदाहरणार्थ, कमी पैशांत मिळणाऱ्या सगळ्या स्वस्त वस्तू चांगल्या दर्जाच्या असतीलच असे नाही. अशा गोष्टींमुळे तात्कालिक बचतीचा आनंद भलेही मिळेल, पण दीर्घ कालावधीचा विचार केला, तर तोटा लक्षात येईल. या सर्व पार्श्वभूमीवर श्रीमंत होण्यासाठी आधी आपण गरीब का याचा शोध घेतलाच पाहिजे.

समर्थ सांगतात -

हे सकळ गुणापासी गती । सगुण भाग्यश्री भोगिती ।
अवगुणास दरिद्रप्राप्ती । यदर्थी संदेह नाही ।। ४ ।।

(दशक ९ समास ४)

सद्गुणी लोक समृद्धी भोगतात तर अवगुणी लोकांच्या नशिबी दारिद्र्य येते, यात संदेह नाही. श्रीमंती किंवा दारिद्र्य आपल्या गुणांबरोबरच आपल्या कृतीवरही अवलंबून असते. मिळवलेले पैसे व्यसनात, अनावश्यक किंवा वायफळ गोष्टींत खर्च केले, तर शिल्लक कशी पडणार आणि आर्थिक स्तर कसा उंचावणार? व्यसनांमुळे पैशांचा अपव्यय तर होतोच, पण त्याचबरोबर स्वत:चे अमूल्य आयुष्यही वाया जाते. संपूर्ण कुटुंबाला त्याचा त्रास भोगावा लागतो. कौटुंबिक ताणतणाव निर्माण होतात.

सुखी असतो खबर्दार । दुःखी होतो बेखबर ।
ऐसा हा लोकिक विचार । दिसतचि आहे ।।१३।।

(दशक १२ समास १)

समर्थ म्हणतात, सावधपणे वागणारा मनुष्य सुखी असतो, बेसावधपणे राहतो तो दुःखी होतो. असा हा लौकिकातील विचार प्रत्यक्ष व्यवहारात दिसून येतो.

आपली जीवनशैली जितकी बेफिकीर, बेजबाबदार असते, तितके आपले जीवन जोखमीचे होते. काटकसर हे याचे अगदी साधे, सहज सापडणारे उदाहरण! काटकसर म्हणजे एक प्रकारची आर्थिक सुरक्षितता निर्माण करण्याची प्रक्रियाच. आवश्यक तितकाच खर्च करून उरलेल्या पैशाची बचत म्हणजे काटकसर. थोडेथोडे पैसे बचतीत घातल्याने महिनाअखेरीस किंवा अडी-अडचणीला आर्थिक चणचण भासत नाही की कोणाकडे पैसे उसने मागावे लागत नाहीत. यासाठी थोडा दूरदर्शीपणा असावा लागतो. पुढे घडणाऱ्या गोष्टी कोणालाच कळत नाहीत. संकटे, अडचणी काही सांगून येत नाहीत. मात्र तशा परिस्थितीसाठी शक्यतो आधीच थोडी जमवाजमव करून ठेवलेली असली, तर संकटाला तोंड द्यायला बळ मिळते. कोविडदरम्यानच्या टाळेबंदीत प्रत्येकालाच याचा अनुभव आलेला आहे. जगभर थैमान घातलेल्या या महामारीने आपल्याला आपला जगण्याचा खर्च (Living Expense) आणि जीवनशैलीचा खर्च (Lifestyle Expense) यांतील फरकही दाखवून दिला आहे. तेव्हा, आपणच आपल्यासाठी काही उद्दिष्टे ठरवून

घ्यावीत आणि त्या दिशेने आपले प्रयत्न सुरू ठेवावेत. याबाबत गांभीर्याने चिंतन करावे. यांवर रामदास स्वामी स्पष्टपणे व्यक्त होतात की,

आधी प्रपंच करावा नेटका । मग घ्यावे परमार्थविवेका ।
येथे आळस करू नका । विवेकी हो ।।१।।

(दशक १२ समास १)

आधी प्रपंच नीट करायचा आणि मगच परमार्थाचा विचार करायचा. विवेकाने म्हणजे विचाराने वागणारे तुम्ही यात कुठेही आळस करू नका. नुसता परमार्थ करून प्रपंच चालणार नाही; म्हणून दोन्ही सांभाळताना संतुलन ढळणार नाही, याची काळजी घेतली पाहिजे.

■

ज्ञान म्हणजे आत्मज्ञान । पाहावे आपणासि आपण ।

आजच्या आधुनिक जगात मनुष्याला आर्थिक स्थैर्य मिळवण्यासाठी अनेक प्रतिकूल गोष्टींचा सामना करावा लागतो. वाढणारी महागाई, कर्जाच्या हप्त्यांची मारुतीच्या शेपटीसारखी वाढणारी संख्या, खर्चात टाकणाऱ्या विविध आकर्षक योजना इत्यादी आणि याच बरोबर या क्षेत्रात असणारे धोके या सगळ्या गोष्टींबद्दल प्रत्येक सजग व्यक्तीला गांभीर्याने विचार करायला लागतो. मिळणारे उत्पन्न आणि वाढता खर्च यांचा मेळ घालताना मेटाकुटीला आलेली व्यक्ती निर्णय घेताना अनेकदा मनाने स्वस्थचित्त नसते. चंचल मनाने घेतलेले निर्णय घराची अर्थव्यवस्था डळमळीत करू शकतात. मन जर अस्वस्थ असेल; तर क्रोध, काळजी, अविश्वास, वैर, द्वेष इत्यादींची भर पडून विवेक हरवून बसतो. अशा वेळी रामदास स्वामी सांगतात -

मन भलतीकडे धावे । ते विवेक आवरावे ।
इंद्रिये दमन करावे । तो सत्त्वगुण ।।७०।।

(दशक २ समास ७)

आयुष्यातील कठीण प्रसंगी विवेकबुद्धी शाबूत ठेवून, इंद्रियांवर ताबा ठेवून, परिस्थितीचा नीट अभ्यास करून तोडगा शोधण्याचा प्रयत्न केला पाहिजे. मानवी जीवन अशाश्वत असल्याने आणि पैसा हा घटक भल्या-बुऱ्या परिणामांचा

कारक ठरल्याने आर्थिक नियोजनाला पर्याय नाही. रामदासांचे हे बोल सत्यात उतरलेले दिसतात.

ऐक ज्ञानाचे लक्षण । ज्ञान म्हणजे आत्मज्ञान ।
पाहावे आपणासि आपण । या नाव ज्ञान ।।१।।

(दशक ५ समास ६)

आर्थिक नियोजन, जमा-खर्च, गुंतवणूक या सर्वांआधी स्वतःचे परीक्षण करावे. मी कसा/कशी आहे? माझा स्वभाव कसा आहे? व्यावहारिक आणि भावनिक निर्णय मी कसे घेतो/घेते? खोटी प्रतिष्ठा माझ्यासाठी किती महत्त्वाची आहे? कोणत्या गोष्टी मला खरा आनंद देतात? अशा अनेक प्रश्नांची उत्तरे शोधताना होणारे आत्मज्ञान आपले आयुष्य आनंददायी आणि सुरक्षित करायला मदत करते. हे आत्मज्ञान प्रगल्भ जीवन जगण्याचे समाधान प्राप्त करून देते. अज्ञान, निरक्षरता म्हणजे दारिद्र्य आहे. साक्षर बनून, विषयज्ञान मिळवून आपल्यातील गुण विकसित केले, तर दारिद्र्याचा नाश होऊन उत्कर्ष होतो आणि आत्मज्ञानाच्या अनुभवाने समाधानाची अनुभूती मिळते.

आर्थिक नियोजन करताना सर्वसामान्यपणे महागाईचा घटक केंद्रस्थानी ठेवून कृती निश्चित केली जाते. तसेच, दीर्घ अवधीसाठी चलनवाढीचा (इन्फ्लेशन) दर ५ ते ६ टक्के गृहीत धरला जातो. परंतु प्रत्येक क्षेत्रातील मागणी-पुरवठ्याचे समीकरण वेगळे असते, हे लक्षात घेतले पाहिजे. त्यामुळे त्या त्या क्षेत्राची गरज ओळखून आणि त्या क्षेत्रातील मागणी-पुरवठा बघूनच त्या क्षेत्राचा चलनवाढीचा दर निश्चित करावा. आज सामान्य लोकांना घाऊक किंमत निर्देशांक (होलसेल प्राइस इंडेक्स) आणि ग्राहक किंमत निर्देशांक (रीटेल प्राइस इंडेक्स) लक्षात येत असतो. ग्राहक किंमत निर्देशांकात वस्तू आणि सेवांच्या एकत्रित संचांच्या किंमतींचे मोजमाप केलेले असते. या संचात अन्नधान्य, कपडे, खाद्यतेले, इंधन, ऊर्जा, गृहनिर्माण, वैद्यकीय सेवा, दळणवळण, वाहतूक सेवा, वैयक्तिक आरोग्य, घरगुती गरजा, करमणूक सेवा इत्यादी वस्तूंचा आणि सेवांचा समावेश केलेला असतो. ग्राहक किंमत निर्देशांक हा सामान्य ग्राहकांच्या खरेदी करण्याच्या आर्थिक क्षमतेतील म्हणजेच क्रयशक्तीतील बदल दर्शवीत असतो. सरकार आपल्या कर्मचाऱ्यांना महागाई भत्त्याचे प्रमाण ठरवण्यासाठी याच ग्राहक किंमत निर्देशांकाचा उपयोग करते.

घाऊक किंमत निर्देशांक हा मध्यस्थ-दलाल-आडते यांना लागू होणाऱ्या

किंमतीतील बदल दर्शवीत असतो. ग्राहकाला वस्तू विकण्याआधी ती वस्तू इतर उद्योगांना ज्या किंमतीस विकली जाते, त्याचे मोजमाप हा घाऊक निर्देशांक करतो. परंतु या दोन प्रकारच्या चलनवाढ निर्देशांकांव्यतिरिक्त किमान पाच प्रकारचे चलनवाढ निर्देशांक आढळतात. त्यात अन्नधान्य चलनवाढ निर्देशांक, गृहनिर्माण चलनवाढ निर्देशांक, राहणीमान चलनवाढ निर्देशांक, शैक्षणिक चलनवाढ निर्देशांक आणि वैद्यकीय चलनवाढ निर्देशांक यांचा समावेश आहे. घाऊक किंमत निर्देशांकातील बदलातून सरकार महागाईचा मागोवा घेत असते. पण सरकारने आता दर आठवड्याऐवजी दरमहिन्यास होणाऱ्या घाऊक किंमत निर्देशांकातील बदलाची नोंद घेण्यास सुरुवात केल्याने आणि भारतीय रिझर्व बँकेने आपला रोख घाऊक किंमत निर्देशांकवरून ग्राहक किंमत निर्देशांकवर केंद्रित केला आहे. या ग्राहक किंमत निर्देशांकातील बदलावरून ग्राहक चलनवाढीची कल्पना अधिक स्पष्ट होत असते. या निर्देशांकात शहरी तसेच ग्रामीण क्षेत्रातील चलनवाढीचा नेमका अंदाज प्राप्त होत असतो. कर्ज स्वीकारताना असो किंवा गुंतवणूक करताना असो, चलनवाढीचा परिणाम जाणून निर्णय घेणे आवश्यक ठरते. म्हणून रामदास स्वामी आवर्जून सांगतात -

म्हणोन सर्वसावधान । धन्य तयाचे महिमान ।
जनी राखे समाधान । तोचि एक ।। १४ ।।

(दशक १२ समास १)

सदासर्वकाळ प्रपंचात आणि परमार्थात जो सावध राहून वागेल, तोच धन्य ठरणार आहे. आत्महित साधून त्याला लोकांचे समाधानही राखता येणार आहे. एकीकडे स्वत:चे हित जपतानाच दुसरीकडे लोकांवर अन्याय होणार नाही, याची काळजी घेतली पाहिजे.

दहा वर्षांपूर्वी जेवढी रक्कम घरखर्चाला लागत असे, त्यात आता अडीचपटीने वाढ झाली आहे. त्यानुसार, पुढील दहा वर्षांत चलनवाढीमुळे ज्या प्रमाणात खर्चात वाढ होणार आहे, तेवढी वाढ आपल्या उत्पन्नात किंवा वेतनात होणार आहे का, या प्रश्नाचे ठोस उत्तर देता येत नाही. आजची आपली आर्थिक स्थिती, देशाची राजकीय आणि आर्थिक स्थिती, सरकारी धोरणे या सगळ्यांचा समावेश वरील प्रश्नाच्या उत्तरात करावा लागेल. त्यामुळे आपल्या समस्येवर आपल्यालाच उपाय शोधावा लागणार आहे. भविष्यातील या प्रश्नांचा विचार किंवा नियोजन जाणतेपणी

किंवा अजाणतेपणी केलेले नसेल, तर अजूनही वेळ गेलेली नाही. सार्वजनिक भविष्य निर्वाह निधी खाते (PPF A/c), शेअर्ससाठी डीमॅट आणि व्यवहाराचे खाते (Trading A/c), राष्ट्रीय पेन्शन फंड योजनेतील खाते आणि म्युच्युअल फंडांचा एखादा पेन्शन फंड या चार साधनांच्या साहाय्याने आपण उर्वरित आयुष्यात आनंदात, निश्चिंतपणे राहू शकता.

शास्त्रीय भाषेत चलनवाढ म्हणजे चलनाची क्रयशक्ती कमी होणे. सर्व प्रकारच्या वस्तू आणि सेवांमध्ये होणारी किंमतवाढ म्हणजेच ही चलनवाढ असते. सर्वसामान्यांच्या भाषेत बोलायचे तर, चलनवाढ म्हणजे महागाई. वाढत्या चलनवाढीमुळे मागणी आणि पुरवठा यांमधील दरी वाढते. चलनवाढीमुळे एकीकडे जशा वस्तूंच्या किंमतीत, विविध सेवांच्या शुल्कांत वाढ होते, तशाच प्रकारे गुंतवणुकीवरसुद्धा याचा विपरीत परिणाम होत असतो. या चलनवाढीमुळे गुंतवणुकीचे मूल्य कमी होऊन प्रसंगी मुद्दलातसुद्धा घट होऊ शकते. ज्या वेळी आपण बँकेच्या किंवा पोस्टाच्या योजनांत गुंतवणूक करतो, त्या वेळी त्यावर समजा वार्षिक ६ टक्के दराने व्याज दिले जात असेल आणि चलनवाढीचा विद्यमान दर जर ७ टक्के असेल, तर ठेवींवरील व्याज दरातून चलनवाढीचा दर वजा करून -१ टक्के (उणे एक टक्का) दर येतो. याचाच अर्थ आपण केलेल्या गुंतवणुकीच्या मुद्दलात एक टक्का घट झाली आहे. चलनवाढीचा दर लक्षात घेऊन जो उत्पन्न दर मिळतो, त्यालाच वास्तव उत्पन्न दर (Real Rate of Return) म्हणतात. समर्थांची एक ओवी इथे योग्य प्रकारे लागू ठरते -

म्हणोन दीर्घसूचनेचे लोक । त्यांचा पाहावा विवेक ।
लोकांकरितांची लोक । शाहाणे होती ।। १६ ।।

(दशक १२ समास १)

दूरदृष्टीने वागणाऱ्या लोकांचे विचार बघून ऐकून इतर लोक शहाणे होत असतात. सारासार विचार करीत कृती करण्याची वृत्ती अंगी बाणवण्यासाठी असे आदर्श आवश्यक असतात.

'चलन' निर्मितीतून गुंतवणूक उत्पादने निर्माण होताना श्रीमंतीची परिमाणे बदलत गेली. हाच बदल सामाजिक मानसिकतेच्या बदलास पूरक ठरला.

आपण बचत का करतो? या प्रश्नाला अनेक उत्तरे मिळू शकतात. घर, गृहोपयोगी वस्तू घेण्यापासून ते आरोग्य समस्या, वैद्यकीय गरजा,

वृद्धापकाळासाठीची शिल्लक ते अगदी मुलांचे शिक्षण, सहली, लग्नकार्य, मनोरंजन असे अनेक हेतू मनाशी धरून बचत केली जाते. अडी-अडचणीला वेळ पडल्यास हाताशी रक्कम असावी हा त्यामागचा मुख्य हेतू असतो. प्रत्येक व्यक्तीची आणि कुटुंबाची जीवनपद्धती, राहणीमान, जबाबदाऱ्या आणि मिळकत वेगवेगळी असते. त्यामुळे प्रत्येक जण आपापल्या गरजेनुसार बचत करण्याचा प्रयत्न करीत असतो. या पृथ्वीतलावर केवळ मनुष्यप्राण्यालाच उद्याची चिंता असते. या उद्यासाठीच तो आपल्या संग्राहकवृत्तीचा वापर करून धान्य, चीज वस्तू, पैसे यांची साठवणूक करत असतो. बचत ही बहुसंख्य लोकांची गरज असते. काही जण मात्र ऐहिक सुखाच्या अपेक्षेनेही बचत करतात. अशा सावधचित्त लोकांसाठी समर्थ म्हणतात -

अखंडचि सावधाना । बहुत काय करावी सूचना ।
परंतु काही येक अनुमाना । आणिले पाहिजे ।। १० ।।

(दशक १८ समास ६)

म्हणजे, अखंड सावधानता बाळगून असलेल्या लोकांना सूचना करायची गरज लागत नाही. परंतु तरीही काही बाबतीत तर्काने अनुमान काढून वागले पाहिजे. बचत करण्यासाठी निग्रह लागतोच, पण तेवढीच चिकाटीसुद्धा आवश्यक असते. वर्तमानाचे भान ठेवत भविष्यातील गरजेची तरतूद करण्याची एक दूरदृष्टी अंगी बाळगावी लागते.

बहुसंख्य लोक विवेकाने वागतात. मात्र यालाही अपवाद असतात. अगदी शिकले-सवरलेले लोकसुद्धा कधीकधी चुकीचे वागतात. अशा लोकांचे वर्णन समर्थ पढतमूर्ख असे करतात.

बहुश्रुत आणि व्युत्पन्न । प्रांजळ बोले ब्रह्मज्ञान ।
दुराशा आणि अभिमान । धरी तो एक पढतमूर्ख ।।३।।

(दशक २ समास १०)

विविध प्रकारचे वाचन केलेल्या बहुश्रुत विद्वानाला, ब्रह्मज्ञान चांगले जाणणाऱ्या ज्ञानी मनुष्याला जर अहंकार, गर्व झालेला असेल; तर तो एक पढतमूर्ख म्हटला पाहिजे. आजच्या काळातील पढतमूर्खांची उदाहरणे द्यायची झाल्यास, गुंतवणूक म्हणून आयुर्विमा पॉलिसीज घेणारे, क्रेडिट कार्डचा अविवेकी आणि अनिर्बंध वापर करणारे, कोणातरी सोम्यागोम्यावर विश्वास ठेवून भलतेच शेअर्स

खरेदी करणारे, सेल व सवलतींना भुलून अनावश्यक वस्तू अवास्तव किंमतीस खरेदी करणारे, घरात दर महिन्याला किती पैसे येतात आणि किती खर्च होतात याचा विचार न करता वागणारे किंवा व्यवहार करणारे, अडी-अडचणीसाठी पुंजी जमा न करणारे... ही यादी आणखीही मोठी होऊ शकेल.

आर्थिक बचतीची सवय आपण जितक्या लवकर स्वतःला लावून घेऊ, तितके उत्तम! म्हणजे, शक्यतो अर्थार्जनाच्या बरोबरीनेच बचत सुरू करावी. स्वतःच्या कमाईमधली किमान ५ ते १० टक्के रक्कम बचत करावी. यामुळे आपली आर्थिक उद्दिष्टपूर्ती लवकर साध्य होऊ शकते. सुरुवातीपासूनच आपल्या खर्चाची नोंद करून त्याचे विश्लेषण केल्यास अनावश्यक खर्च टाळता येऊ शकतात. यावर समर्थ सांगतात, सर्व बाजूंनी सारासार म्हणजेच विवेकी विचार करून आपली वागणूक सुधारावी. आपली कृती शुद्ध ठेवावी. जगामध्ये बोलण्याप्रमाणेच वागावे. संसारात दुःख असल्याने कल्पना करीत जगण्याचे सोडून देण्यास स्वतःच्या मनाला समजवावे.

संसारी सुख मानिती । ते प्राणी मूढमती ।
जाणोन डोळे झांकिती । पढतमूर्ख ।।१०२।।

(दशक ५ समास ३)

संसारातच सर्व सुख आहे असे जे मानतात, ते मूर्ख ठरत असतात. हे सर्व समजून-उमजूनसुद्धा मुद्दाम डोळेझाक करतात, ते तर पढतमूर्खच असतात.

■

लक्ष्मीपासून समर्थ ।
भाग्यासि आले।।

कुबेरापासूनि अर्थ । वेदापासून परमार्थ ।
लक्ष्मीपासून समर्थ ।भाग्यासि आले।।२।।

(दशक ७ समास १)

कुबेरापासून संपत्ती मिळते, वेदापासून परमार्थ प्राप्त होतो. परंतु जे समर्थ असतात, तेच लक्ष्मीच्या योगाने भाग्यवान ठरतात.

लक्ष्मीमध्ये करंटा नांदे । त्याचे अधीक सांदे ।
नवल केले परमानंदे । परमपुरुषे ।। २२ ।।

(दशक १७ समास ६)

आपल्या अवतीभवती लक्ष्मी असतानाही जी व्यक्ती करंट्यासारखे दारिद्र्य भोगते, ते बघून परमानंदाने केलेले नवल लक्षात येते. पैसे येत असूनही आपण जर त्या पैशाचा योग्य तऱ्हेने विनियोग करीत नसू किंवा गुंतवणूक करीत नसू, तर समर्थ सांगतात त्यानुसार आपण करंटेच ठरतो. रामदास स्वामींनी घरात येणाऱ्या लक्ष्मीची म्हणजेच पैशाची नीट जपणूक आपण केली, तर निश्चितच भाग्यवान ठरू शकतो; हेच मनावर बिंबवले आहे. गुंतवणूक म्हणजे नेमके काय? तर, जास्त उत्पन्न मिळवण्यासाठी किंवा भांडवलवृद्धीसाठी आपल्याकडील निधीचा केलेला योग्य विनियोग म्हणजे गुंतवणूक. निश्चित केलेल्या अवधीमध्ये निश्चित लाभ मिळू शकेल अशा तऱ्हेने उत्पन्नाच्या केलेल्या

नियोजनालाच अर्थशास्त्रीय भाषेत 'वित्तीय गुंतवणूक' म्हणतात. या गुंतवणुकीत गुंतवणूकदार हाच एकीकडे निधीचा पुरवठा करतो, तर दुसरीकडे तोच गुंतवणूकदार उपभोक्ताही असतो. गुंतवणुकीचे मुख्य दोन प्रकार आहेत. पहिला प्रकार आहे प्रत्यक्ष गुंतवणुकीचा, तर दुसरा प्रकार आहे अप्रत्यक्ष गुंतवणुकीचा.

प्रत्यक्ष गुंतवणुकीत स्वतः गुंतवणूकदारानेच गुंतवणुकीचे माध्यम शोधून त्यातली कोणती योजना आपल्या आर्थिक उद्दिष्टपूर्तीसाठी उपयुक्त ठरू शकेल, हे निश्चित करावयाचे असते. त्या योजनेची मुदत, त्या योजनेत गुंतवली जाणारी रक्कम तसेच त्या गुंतवणुकीची सातत्यता (Frequency) ठरवण्याची जबाबदारी सर्वस्वी गुंतवणूकदाराचीच असते. सर्वसामान्य गुंतवणूकदारांना माहीत असलेली प्रत्यक्ष गुंतवणुकीची माध्यमे म्हणजे बँकेची/पोस्टाची खाती, ठेव योजना, राष्ट्रीय बचत प्रमाणपत्रे, जमीनजुमला, स्थावर मालमत्ता इत्यादी. परंतु शेअर्स, कर्जरोखे, चिट फण्ड्स, सरकारी रोखे/बॉन्ड्स, दुर्मीळ वस्तू-नाणी-चित्रे या माध्यमांद्वारेसुद्धा प्रत्यक्ष गुंतवणूक करता येते. या माध्यमांमध्ये गुंतवणूकदारालाच नेमकी निवड करण्याचे किंवा दिशा ठरवण्याचे काम करावे लागते. प्रत्येक गुंतवणूकदाराने यासाठी प्रत्यक्ष गुंतवणूक योजनांची किमान माहिती घेणे श्रेयस्कर ठरते. कोणत्याही गुंतवणूक योजनांतील जोखीम-उत्पन्न प्रमाणाची दखल घेऊन नंतरच गुंतवणूक निर्णय घेणे हिताचे ठरते. प्रत्यक्ष गुंतवणुकीत बँकेच्या-पोस्टाच्या योजना सोडल्यास इतर सर्व माध्यमांत योग्य आणि नेमक्या माहितीच्या अभावी गुंतवणूकदाराची फसवणूक होण्याची शक्यता अधिक असते. समर्थ नेमक्या शब्दात सांगतात -

महद्भाग्य हातासी आले । परंतु भोगू नाही जाणितले ।
तैसे वैराग्य उत्पन्न जाले । परी विवेक नाही ।।१।।

(दशक १२ समास ४)

एखाद्याचे भाग्य कितीही उजळले; परंतु त्याचा उपभोग घेण्याची माहिती नसेल, तर त्याचा काहीच उपयोग नसतो. त्याचप्रमाणे वैराग्य जरी प्राप्त झाले, तरीही विवेक नसल्यास तेसुद्धा निष्फळ ठरते.

गुंतवणुकीचा दुसरा प्रकार आहे अप्रत्यक्ष गुंतवणुकीचा. या प्रकारात गुंतवणूकदार फक्त निधी देतो. परंतु या निधीचा विनियोग करण्याचे किंवा त्यावर नियंत्रण ठेवण्याचे काम नोंदणीकृत खाजगी वित्त संस्था सरकारी, निमसरकारी किंवा सेबीसारख्या नियामकांकडे करीत असतात. निवृत्तीवेतन निधी, आयुर्विमा,

भविष्य निर्वाह निधी, म्युच्युअल फंड्स इत्यादींच्या योजना या अप्रत्यक्ष गुंतवणूक ठरतात. कोणत्याही गुंतवणुकीत गुंतवणूकदार सर्वांत आधी पाहतो ते त्यातून मिळणारे लाभ किंवा उत्पन्न! घसघशीत लाभाकडे बघून प्रसंगी आपले मुद्दल असुरक्षित योजनांत गुंतवणारे गुंतवणूकदारही बरेच असतात. अप्रत्यक्ष गुंतवणुकीतील व्याज म्हणजे निधी देणाऱ्या व्यक्तीला तिच्या निधीव्यतिरिक्त पूर्वनिश्चित प्रमाणाने ठरवून मिळणारी अधिकतम रक्कम. भारतातले हे व्याजाचे दर नियोजित गुंतवणुकीसह अर्थव्यवस्थेतील तांत्रिक सुधारणांवर अवलंबून असतात. सरकारी निधीवरील व्याजाचे दर भारत सरकार तर व्यावसायिक बँकांचे व्याज दर रिझर्व बँक निश्चित करते. हे व्याज मिळण्यासाठी ठेवलेल्या निधीची मुदत महत्त्वाची असते. प्रतिवार्षिक व्याजाचे प्रमाण हे ठेव किती अवधीसाठी ठेवली आहे यावर अवलंबून असते. पाच वर्षांपेक्षा अधिक अवधीसाठी जे व्याज दिले जाते, त्यास दीर्घ मुदतीचे व्याज म्हणतात. एक ते पाच वर्षे अवधीसाठी दिले जाणारे व्याज मध्यम मुदतीचे, तर एक वर्षाहून कमी मुदतीसाठीच्या व्याजाला अल्प मुदतीचे व्याज म्हणतात. व्याजाचे दोन प्रकार आहेत. सरळ व्याज (Simple Interest) आणि चक्रवाढ व्याज (Compound Interest). सरळ व्याज फक्त मुद्दलावर आकारले जाते. चक्रवाढ व्याज मुद्दलेच्या रकमेसह व्याजावरही दिले जाते. चक्रवाढ व्याजात मासिक, तिमाही, सहामाही किंवा वार्षिक तत्त्वावर चक्रवाढ पद्धतीने व्याजाचे गणित केले जाते.

व्याजाबरोबरच गुंतवणूकदारांचा संबंध येतो तो लाभांशाशी. भागधारकाला (Shareholder) शेअर्सच्या दर्शनी मूल्यावर देण्यात येणारी वार्षिक लाभाची रक्कम म्हणजे लाभांश (Dividend) होय. कंपनीला झालेल्या नफ्याचे ठरावीक प्रमाणात वाटप त्या कंपनीच्या भागधारकांना लाभांशाच्या रूपाने होत असते. म्युच्युअल फंडांतील गुंतवणुकीवरसुद्धा लाभांश मिळतो. म्युच्युअल फंड योजनेला झालेला नफा त्या योजनेतील वितरित उत्पन्न (IDCW- इन्कम डिस्ट्रिब्यूशन कम withdrawal) पर्याय स्वीकारलेल्या गुंतवणूकदारांना उत्पन्नाच्या रूपाने वितरित केला जातो.

नेणे आणि नायके । न ये आणी न सिके ।
न करी आणी न देखे । अभ्याससदृष्टी ॥११॥

(दशक २ समास ३)

याचा अर्थ, स्वत:ला काही कळत नाही आणि दुसऱ्यांचे ऐकतही नाही; स्वत:ला येत नाही आणि कोणी शिकवले, तर शिकायचीही इच्छा नाही; स्वत: करत नाही आणि कोणी करत असेल, तर अभ्यासदृष्टीने बघतही नाही. समाजात लोकांच्या स्वभावाचे अनेक नमुने पाहायला मिळतात, त्यातील काही नमुने असेही असतात. अशा लोकांचे वर्तन त्यांनाच तोट्यात घालत असते. आर्थिक समस्यांवर गांभीर्याने विचार करून त्यावर उपाययोजना न केल्यामुळे त्यांना अडी-अडचणीला लोकांपुढे हात पसरावे लागतात. म्हणूनच समर्थही सांगतात -

जे आपणास नव्हे ठावे । ते जाणतयास पुसावे ।
मनोवेगे तने फिरावे । हे तो घडेना ।।५।।

(दशक १७ समास १०)

जे आपल्याला माहीत नाही त्याची माहिती जाणकार व्यक्तीला जरूर विचारा. आपले मन किंवा विचार जेवढे वेगाने फिरतात, तेवढे आपले शरीर फिरत नाही की चालत नाही. आर्थिक बाबी नीट समजून घेऊन विचारपूर्वक निर्णय घेण्यासाठी आर्थिक नियोजन असणे हे अत्यावश्यक आहे.

आर्थिक नियोजनातील पहिली पायरी म्हणजे आपली आर्थिक उद्दिष्टे ठरवणे. कोणाही व्यक्तीची आर्थिक उद्दिष्टे कायम एकच नसतात, परिस्थिती आणि वयोमानानुसार ती बदलत असतात. सामान्यत: या उद्दिष्टांचे तीन प्रकार पडतात : नियमित व्याज किंवा लाभांशरूपाने येणारा स्थिर उत्पन्नाचा प्रवाह, भांडवली वृद्धीमुळे वाढणारी मूळ गुंतवणूक आणि संभाव्य तोट्यापासून मूळ भांडवलाचे संरक्षण. नियोजन करायचे तर त्याआधी आर्थिक परिस्थितीचा परिपूर्णपणे विचार केला पाहिजे. सद्य: सांपत्तिक स्थिती, नजिकच्या भविष्यकाळातील मोठे खर्च - उदाहरणार्थ, घरखरेदी, मुलांचे शिक्षण, लग्नकार्य तसेच अनपेक्षितपणे उद्भवू शकणारे वैद्यकीय खर्च इत्यादी या गोष्टींचा वास्तव अंदाज केल्यास जोखीम स्वीकारण्याची क्षमताही आपसूक कळून येते. आर्थिक उद्दिष्टे साध्य करताना गुंतवणुकीवरील मर्यादा लक्षात घेणे महत्त्वाचे असते. रोकड सुलभतेची (लिक्विडिटी) सुविधा काय आहे, करदायित्व किती असणार आहे, याचा विचार करावा. गुंतवणूक करताना त्याचा कालावधी आपल्या रोखेसंग्रहासाठी (पोर्टफोलियो) किती असावा आणि कशा प्रकारचा असावा याचाही विचार आवश्यक आहे. गुंतवणूक नियोजनात राहत्या घराला आणि आयुर्विम्याला अग्रक्रम

देणे गरजेचे ठरते. किमान तीन ते सहा महिन्यांचा घरखर्च भागेल एवढी रक्कम आपत्कालीन ठेव म्हणून अल्प मुदतीच्या बँक ठेवींमध्ये ठेवता येऊ शकते. मात्र त्या गुंतवणुकीत सातत्य असावे. याशिवाय चांगले उत्पन्नदर देणाऱ्या म्युच्युअल फंडांच्या योजनांत गुंतवणूक करावी. या सर्व माध्यमांनंतरच जोखीमयुक्त शेअर बाजारातील गुंतवणुकीकडे वळावे. कोणाही व्यक्तीची शेअर्समध्ये किती गुंतवणूक असावी, असा प्रश्न नेहमीच उपस्थित होतो. एक सोपी वजाबाकी या प्रश्नाचे उत्तर सांगून जाते. १०० वजा गुंतवणूकदाराचे वय हे गणित केले असता येणारी संख्या ही त्या गुंतवणूकदाराने त्याच्या एकूण रोखे संग्रहात शेअर्समधील गुंतवणुकीचे कमाल प्रमाण दर्शविते. उदाहरणार्थ, २५ वर्षे वयाच्या व्यक्तीने एकूण गुंतवणुकीच्या ७५ टक्के (१०० - २५) रक्कम शेअर्समध्ये गुंतवण्यास हरकत नाही. परंतु सेवानिवृत्त असलेल्या ६५ वर्षे वयाच्या जेष्ठ नागरिकाने मात्र फक्त ३५ टक्केच (१०० - ६५ = ३५) निधी शेअर्समध्ये गुंतवावा.

अर्थात हे गणिती सूत्र नियोजनासाठी प्रमाणभूत ठरत असले, तरीही उत्पन्न, गरजा, कौटुंबिक जबाबदाऱ्या, भविष्यातील उद्दिष्टे आणि आर्थिक जोखीम स्वीकारण्याची क्षमता हे घटक निर्णय घेताना अधिक परिणामकारी ठरतात. अतिसुरक्षित व चांगल्या, पण मर्यादित लाभांशांचे प्रमाण सातत्याने राखून असलेल्या कंपन्यांचे शेअर्स बचावात्मक गुंतवणूक म्हणून खरेदी करावेत. त्यानंतर ब्लू चीप शेअर्सची करून गुंतवणूक करून संपत्तिनिर्माणाची दिशा ठरवावी. मेंढ्यांच्या कळपात एक खास शिकवलेल्या आणि मालकाच्या मते हुशार असलेल्या मेंढ्याच्या गळ्यात एक मोठी घंटा बांधलेली असते. तो मेंढा सर्वांचा जणू गटप्रमुख (बेलवेडर) असतो. त्याच्या मागून सर्व मेंढ्या चालत राहतात. तो जसे करील, त्यानुसार इतरांची कृती असते. सर्व क्षेत्रांत अग्रगण्य ठरणारे गटप्रमुख असणाऱ्या कंपन्यांच्या शेअर्सना शेअरबाजारात 'बेलवेडर स्टॉक' असे संबोधतात. खरे म्हणजे हे शेअर्स त्या त्या क्षेत्राचे 'बॅरोमिटर स्टॉक' असतात. 'बेलवेडर स्टॉक कंपनी' ही सर्वसाधारणपणे 'ब्लू चिप कंपनी' म्हणूनच ओळखली जात असते. ती कंपनी ज्या क्षेत्रात कार्यरत आहे, त्या क्षेत्रात ती इतर स्पर्धक कंपन्यांपेक्षा पुढे असतेच, पण तिचे शेअर बाजारातील मार्केट कॅपिटलायझेशन सर्वांत अधिक असते. शेअर्स निर्देशांकांत या कंपनीच्या शेअर्सच्या व्यवहारांमुळे वजनदार ठरून निर्देशांकांच्या वाढ-घटीत मोठी परिणामकारी असते. त्यामुळे

इतर स्पर्धक कंपन्यांवर तसेच त्या क्षेत्रावर परिणाम दिसून येतोच; परंतु देशाच्या अर्थव्यवस्थेत त्या त्या क्षेत्राची दिशा आणि उत्पन्नाचे अंदाज व्यक्त करण्यास मदत होते.

देशाच्या अर्थव्यवस्थेत सातत्याने होणारे बदल, बदलणारी सरकारी धोरणे आणि जागतिक स्तरावर घडणाऱ्या घटना व बदल यांचा त्या त्या क्षेत्रांवर होणारा तात्कालिक किंवा प्रदीर्घ परिणाम कोणत्याही कंपनीला फार काळ 'बेलवेडर स्टॉक' म्हणून मिरवता येत नाही. भारतीय शेअर बाजारात माहिती तंत्रज्ञान क्षेत्रात बराच काळ 'इन्फोसिस' ही कंपनी 'बेलवेडर स्टॉक' गणली गेली होती. परंतु नुकत्याच झालेल्या सर्वेक्षणातून आता 'बेलवेडर स्टॉक' म्हणून 'टीसीएस-टाटा कन्सल्टन्सी'ने भारतीय माहिती तंत्रज्ञान क्षेत्रात आघाडी घेतली आहे. ज्यांना चांगला रोखेसंग्रह बनवायचा आहे, त्यांनी प्रत्येक क्षेत्रातील 'बेलवेडर स्टॉक' ठरणाऱ्या शेअर्सना लक्ष्य करायला हरकत नाही. अर्थातच वेळच्या वेळी या रोखेसंग्रहाचे परीक्षण होणे गरजेचे असते. त्यानंतरही गुंतवणूक निधी उपलब्ध असेल, तर व्यवस्थित अभ्यास करून अल्पावधीत मूल्यवृद्धी दर्शवू शकणारे शेअर्स खरेदी करावेत. त्यांची योग्य वेळी विक्री करून नफा पदरात पाडून घ्यावा. अशा प्रकारे सन्मार्गाने संपत्ती प्राप्त करून तिचा उपभोग आणि उपयोग करण्याची प्रेरणा देताना समर्थ सांगतात -

अंतर्कळा शृंगारावी । नानापरी उमजवावी ।
संपदा मेळवून भोगावी । सावकास ।। १० ।।

(दशक १४ समास ६)

माणसाने आपले अंतरंग सद्गुणांनी शृंगारावे; विविध प्रकारचे ज्ञान अंतरंगात साठवावे आणि याच ज्ञानाच्या मदतीने संपत्ती मिळवून सावकाश त्याचा उपभोग पण घ्यावा.

आजकाल बहुसंख्य गुंतवणूकदारांना निष्पणक म्हणजेच डेरिव्हेटिव्ह्ज फ्यूचर्सचे आणि ऑप्शन्सचे आकर्षण वाटते. कमी अवधीत मोजक्या रकमेत काही पट लाभ मिळण्याच्या भ्रमात वावरणाऱ्या लोकांना 'घी देखा लेकिन बडगा नही देखा' याची अनुभूती मिळते. अवघे चार टक्के यश मिळण्याची शक्यता असलेल्या या साधनांत अधिकाधिक लाभ मिळण्याच्या आशेने धावणाऱ्या गुंतवणूकदारांबद्दल समर्थ छान सांगून जातात.

दिसते ते सांगता न ये । बळे भावार्थ धरिता न ये ।
साधक कासाविस होये । अंतर्यामी ।।३४।।

(दशक १४ समास ८)

जे दिसते ते सर्व सांगता येत नाही. हट्टाने किंवा दुराग्रहामुळे कृत्रिमपणे धीर किंवा भाव धरवता येत नाही. परिणामी, साधक असो वा गुंतवणूकदार, अंतर्यामातून कासावीस होतो.

■

प्रसंग पडेल कैसा ।
कोण जाणे ।।

मानवी जीवन अशाश्वत आहे. पृथ्वीतलावरील सर्व प्रकारच्या श्रीमंत, गरीब, लहान, थोर, चांगल्या, वाईट लोकांमध्ये मृत्यू कोणताही भेदभाव करत नाही. समर्थांनी दासबोधात मृत्युनिरूपणात ५९ श्लोकांमधून श्रोत्यांशी मृत्यूबद्दल संवाद साधला आहे.

संसार म्हणजे सवेंच स्वार। नाही मरणास उधार।।
मापी लागले शरीर । घडीने घडी ।।१।।
नित्य काळाची संगती । न कळे होणाराची गती ।
कर्मासारिखे प्राणी पडती । नाना देशी विदेशी ।।२।।
सरता संचिताचे शेष । नाही क्षणाचा अवकाश ।
भरता न भरता निमिष्य । जाणे लागे ।।३।।
होता मृत्याची आटाटी । कोणी घालू न सकती पाठी।
सर्वत्रांस कुटाकुटी । मागे पुढे होतसे ।।५।।

(दशक ३ समास ९)

संसार म्हणजे स्वत:च त्यावर स्वार होणे असते. मरणात कधीही उधारी नसते. मानवी शरीराचे क्षणाक्षणाचे माप लागलेले असते. क्षणाक्षणाने पुढे जात असते. जन्माला आल्यापासूनच काळ बरोबर वावरत असतो. पुढे कुणाचे काय होणार हे कोणीही सांगू शकत नाही. देशात किंवा परदेशात मनुष्य आपल्या कर्मानुसार

मृत्यू पावत असतो. जे काही पूर्वसंचित असते, ते संपताच मृत्यू गाठतो, एका क्षणाचाही अवधी मिळत नाही. अंतिम वेळ आली, की प्राण देह सोडून जातोच. अशा वेळी कोणीही वाचवू शकत नाही, की पाठी घालू शकत नाही. हा काळ कोणालाच सोडत नाही. काही लोकांना लवकर मृत्यू येतो, तर काहींना उशिरा; इतकेच.

राजा असता मृत्यू आला । लक्ष कोटी कबुल जाला ।
तरी सोडिना तयाला । मृत्यू कांही ।।३२।।

(दशक १२ समास ८)

म्हणजे, राजाने यमाला लक्ष कोटी रुपये देऊ केले, तरीही त्या मृत्यूने राजाची पाठ सोडली नाही.

पूर्वीच्या काळी कुटुंबप्रमुखाच्या मृत्यूपश्चात कुटुंबातील लोकांना केवळ देवाचाच आधार असायचा. आजच्या काळात आयुर्विमा देवाची भूमिका वठवत आहे असे म्हटले तर अतिशयोक्ती ठरणार नाही. आयुर्विमा का महत्त्वाचा ठरतो ते जाणून घेऊ. आयुर्विमा म्हणजे 'विमाधारकाचा मृत्यू झाल्यावर त्याच्या वारसाला मिळणारे आर्थिक लाभ' अशी सोपी व्याख्या आहे. यावर समर्थ सांगतात, 'देहरक्षणाचा कितीही प्रयत्न केला, तरी काळ म्हणजेच यम प्राण घेऊन जातोच.'

मृत्यकाळ काठी निकी । बैसे बळियाचे मस्तकी ।
महाराजे बळिये लोकी । राहो न सकती ।।६।।

(दशक ३ समास ९)

मृत्यू ही काळाची अशी काठी आहे, की कितीही बलवान असला, तरी ती डोक्यात बसल्यावर जगात राहू शकत नाही. तेव्हा रामाची भक्ती करावी आणि प्रपंचाची काळजी त्याच्यावर सोपवावी. इथे 'रामाची भक्ती कर' याचाच अर्थ 'तू तुझ्या जीवाचा आयुर्विमा उतरवून त्या विम्याचे हप्ते नियमित भर' आणि मग प्रपंचाची कोणतीही काळजी करण्याची गरज नाही. केवळ स्वतःच्या हलगर्जीपणामुळे बायका-मुलांना आर्थिक गर्तेत टाकून कुटुंबाच्या अर्थव्यवस्थेला सुरुंग लावतात. 'आयुर्विमा कोणी उतरवावा' या प्रश्नाचे सहज उत्तर 'कोणीही' असेच असते. म्हणूनच तर लहान मुलांच्या नावानेही विमा उतरविला जातो. मात्र लहान मुलांच्या नावे आयुर्विमा उतरविणे ही भावनिक आणि महागडी गुंतवणूक ठरते. आजवर फारच थोड्या विमाधारकांनी यावर भाष्य केलेले आढळते. बहुसंख्य विमाधारक हे एजंट्स

जे सांगतील त्या योजना किंवा विमा कंपन्यांच्या आकर्षक जाहिरातींवर विश्वास ठेवून विमा योजनांची निवड करतात असे दिसून येते. ज्यांना सक्तीच्या बचतीची सवय लावून घ्यायची आहे, अशांसाठी आयुर्विमा एक चांगले साधन आहे. ज्यांना अशाश्वत आयुर्मानामुळे किंवा अस्थिर उत्पन्नस्त्रोतांमुळे आपली आर्थिक उद्दिष्टे पूर्णत्वास जातील याची खात्री वाटत नाही, अशांनी आयुर्विमा उतरवणे आवश्यक ठरते. ज्यांच्या घरात कमावत्या व्यक्तींची संख्या कमी आहे आणि खाणारी तोंडे अधिक आहेत अशांना आयुर्विम्याची अधिक गरज असते. अशा वेळी कमवत्या व्यक्तीचा मृत्यू झाला किंवा ती व्यक्ती कमावण्याच्या परिस्थितीत राहिली नाही, तर कुटुंबाचा आर्थिक आधार तुटतो. त्यामुळे लहान मुलांच्या नावे आयुर्विमा उतरवण्यापेक्षा पालकांनी आपली जबाबदारी ओळखून स्वतःचे आयुर्विमा संरक्षण वाढवणे आवश्यक असते. यावर समर्थांनी नेमके भाष्य केले आहे -

येक सुखी येक दुःखी । प्रत्यक्ष वर्ततें लोकी ।
कष्टी होऊनिया सेखी । प्रारब्धावरी घालती ।।५।।

(दशक १२ समास २)

जगामध्ये कोणी सुखी तर कोणी दुःखी असतोच. सतत दुःख अनुभवून बऱ्याचदा मनुष्य स्वतःच्या नशिबाला दोष देतो. खरे तर आपणच प्रयत्नात कुठेतरी कमी पडलेलो असतो म्हणून अपेक्षित परिणाम होत नाही. काही वेळा मनुष्य विनाकारण काळजी करीत असतो. त्याच्या जीवनात जे काही व्हायचे असते, ते अचानक होतेच. त्यात आपण फारसा बदल करू शकत नाही. पण माणूस मात्र याचे दुःख करीत बसतो. म्हणून समर्थ सांगतात -

नाही देह्याचा भरवसा । केव्हा सरेल वयसा ।
प्रसंग पडेल कैसा । कोण जाणे ।।२५।।

(दशक १९ समास ६)

देहाचा भरवसा देता येत नाही. कोणता वेळप्रसंग कधी येईल याची खात्री नसते. त्यामुळे चालढकल न करता, वेळ वाया न घालवता आपल्याकडून जेवढे कार्य करता येईल, तेवढे करावे. जे करता येणार नाही, त्याचाही विचार करून ठेवावा.

व्यक्तीचा आयुर्विमा अंदाजे किती असावा, असा प्रश्न अनेकदा विचारला जातो. त्या व्यक्तीच्या वार्षिक उत्पन्नाच्या किमान १० पट असे याचे ढोबळ उत्तर

येते. म्हणजेच, जर एखाद्या व्यक्तीचे दरवर्षीचे उत्पन्न एक लाख रुपये असेल, तर त्या व्यक्तीचा आयुर्विमा किमान १० लाख रुपयांचा हवा. परंतु नेमके आयुर्विमा संरक्षण स्वीकारायचे असेल, तर मात्र हा आयुर्विमा त्या व्यक्तीच्या मानवी जीवनमूल्याशी (Human Life Value) निगडित असणे आवश्यक ठरते. आयुर्विम्याद्वारे मानवी जीवनाच्या आर्थिक मूल्याचे संरक्षण करणे अधिक व्यावहारिक ठरते. उत्पन्नक्षमता, वय, लिंग, कुटुंबातील स्थान, कौटुंबिक व आर्थिक जबाबदारी, नोकरी-व्यवसायातील जोखीम, उत्पन्न-खर्चाची असलेली जाण, बचत या सर्व घटकांचा विचार आयुर्विमा घेताना केलेला असावा. अशा प्रकारे आपले आणि कुटुंबाचे आर्थिक संरक्षण करू इच्छिणारी कुणीही व्यक्ती आयुर्विमा उतरवू शकते. हे आयुर्विम्याचे संरक्षण नियोजनबद्ध आणि वैविध्यपूर्ण असेल, तर उद्दिष्टपूर्ततेच्या समाधानाबरोबरच मालमत्ता (ॲसेट) निर्मितीचा आनंदही मिळतो. आपले आयुष्य सुफळ व्हावे असे वाटत असेल, तर काय करावे याबाबत समर्थ सांगतात -

जन्मा आलियाचे फळ । काही करावे सफळ ।
ऐसे न करिता निर्फळ । भूमिभार होये ।। १२।।

(दशक २ समास ४)

आयुष्याच्या क्षणभंगुरतेची जाणीव मनुष्याला करून देतानाच समर्थ समाजहिताचे महत्त्व अधोरेखित करतात. हे सर्व जाणून प्रत्येकाने सत्कर्माने आपल्या आयुष्याचे सार्थक करावे. उगाच भुईला भार होऊ नये. केवळ कुटुंबाच्याच हिताचे नव्हे, तर समाजहितासाठीही काही कर्म करावे आणि 'मरावे परी कीर्तीरुपी उरावे'ही उक्ती सार्थ ठरवावी.

आयुर्विमा

आयुर्विमा ग्राहक म्हणून ऑनलाइन पॉलिसी उतरवताना विशेष खबरदारी घेतली पाहिजे. आपल्या स्वतःच्या आणि कुटुंबाच्या आरोग्यासंबंधित विचारलेल्या प्रश्नांना प्रामाणिकपणे खरी आणि सविस्तर उत्तरे द्यावीत. म्हणजे आपल्याला जर कोणता आजार, व्यसन असेल; तर तसे त्या अर्जात नमूद करावे. अन्यथा वैद्यकीय तपासणीत पितळ उघडे पडू शकते. केवळ सर्वात स्वस्त विम्याचा हप्ता बघून ऑनलाइन पॉलिसी स्वीकारण्याचा निर्णय न घेता सर्व उपलब्ध ऑनलाइन पॉलिसीजमध्ये

अधिक लाभदायी आणि मृत्यूदावे त्वरित मंजूर करण्याचे सर्वाधिक प्रमाण असणाऱ्या कंपनीला प्राधान्य देणे योग्य ठरते. अशा विमा कंपनीचा विमा कदाचित इतर कंपन्यांच्या तुलनेत थोडासा महाग असू शकेल, पण त्या कंपनीची दावे व्यवस्थापन प्रक्रिया सुलभ आणि ग्राहकहितलक्ष्यी असेल, तर अशा कंपनीला प्राधान्य द्यावे.

याचप्रमाणे, केवळ स्वस्तात आयुर्विमा मिळत आहे म्हणून गरज नसताना मोठ्या विमा रकमेची पॉलिसी घेण्याची चूक करू नये. आपल्यावरील आर्थिक-कौटुंबिक जबाबदाऱ्या आणि उत्पन्नस्रोताची क्षमता लक्षात घेऊनच आयुर्विम्याचा निर्णय घ्यावा. तसेच अगदी अल्प मुदतीसाठी विमा संरक्षण घेऊ नये. त्याचा फारसा उपयोग होत नाही. ऑनलाइन असो वा ऑफलाइन, विमा हा नेहमीच प्रदीर्घ अवधीसाठी म्हणजेच किमान वयाच्या पासष्ट ते सत्तर वर्षापर्यंतचे संरक्षण देणारा असला पाहिजे. ऑनलाइन विमाहप्त्याचा विसर पडू नये यासाठी रिमाइंडर लावून ठेवावा. त्यामुळे हप्ता वेळेवर भरला जाईल आणि पॉलिसी रद्दबातल (लॅप्स्ड) होणार नाही. जर बँक खात्यातून विमा हप्त्याची रक्कम परस्पर कापून घेण्याची सोय विमा कंपनीला करून दिलेली असेल, तर त्या विशिष्ट तारखेस तितकी शिल्लक त्या बँकखात्यात राहील, याची खबरदारी घेणे गरजेचे असते.

नाना शास्त्रे धांडोळावी । अथवा तीर्थे तरी करावी ।
अथवा पुरश्चरणे बरवी । पापक्षयाकारणे ।। ८ ।।
अथवा कीजे परोपकार । अथवा ज्ञानाचा विचार ।
निरुपणी सारासार । विवेक करणे ।। ९ ।।

(दशक २ समास ४)

समर्थ म्हणतात, अनेक शास्त्रांचा अभ्यास करावा, पापक्षालनासाठी तीर्थयात्रा कराव्यात अथवा गायत्री मंत्राची पुरश्चरणे करावीत. अथवा परोपकार करावा, ज्ञानाचा विचार करावा, ऐकलेल्या निरूपणाचा सारासार विचार करून विवेकीपणाने वागावे. आपल्या आयुष्याचा विचार करतानाच आपले कुटुंब, समाज आणि देशहिताचाही विचार जरूर करावा, असे समर्थ आवर्जून सांगतात.

आरोग्य विमा

'मेडिक्लेम' - वैद्यकीय विमा योजना ही एक अशी आरोग्य विमा योजना आहे, की रुग्णालयात आजारपणामुळे वा अपघातामुळे भरती व्हावे लागल्यास किंवा घरातच रुग्णसेवा करून घ्यावी लागल्यास त्याचा सर्व खर्च सर्वसाधारणपणे विमा कंपनीद्वारे करण्यात येतो. एवढी सोपी व्याख्या वाटत असली, तरीही प्रत्यक्षात करावे लागणारे सव्यापसव्य अनेकांनी अनुभवलेले असते आणि आहे. तरुण वयात मेडिक्लेम काढणे स्वस्त आणि हिताचे ठरतेच, तसेच दावा न केलेल्या वर्षांसाठी पाच टक्के विमा रक्कम बोनस म्हणून वाढते. अर्थात ही वृद्धी अधिकतम ५० टक्के विमा रकमेपर्यंतच मर्यादित राहते. वैद्यकीय विम्याचा हफ्ता दर वर्षी भरावयाचा असतो, पण त्यासाठी दर वर्षी विमा पॉलिसीचे नूतनीकरण अंतिम तारखेआधी करणे आवश्यक असते.

वैद्यकीय उपचार आणि सुविधांचे दर आणि त्यात होणारे बदल पाहता आजच्या काळात आरोग्यविम्याची गरज कधी नव्हती इतकी तीव्र जाणवू लागली आहे. असे अजूनही समाजात आरोग्यविमा या प्रकाराबद्दल बरेच समज-गैरसमज पक्के आहेत. 'आरोग्यविम्याचे फायदे हे केवळ रुग्णालयात भरती झाल्यावर घेता येतात' हा असाच एक अर्धवट माहितीच्या आधारे केला जाणारा दावा. अशा चुकीच्या समजांमुळे अनेक जण आरोग्यविम्याच्या लाभांपासून वंचित राहतात. आज आपल्या देशात आरोग्यविमा देणाऱ्या सुमारे बावीस सर्वसाधारण कंपन्या या डे-केअर वैद्यकीय उपचार (रुग्णालयात भरती न करता केले जाणारे उपचार) मान्य करतात. त्यासाठी विमासंरक्षण देतात. यांपैकी नऊ कंपन्या लसीकरण, वैद्यकीय तपासण्या, दंतचिकित्सा, डोळे तपासणी अशा गोष्टींसाठी तसेच पर्यायी औषधोपचारांच्या खर्चासाठी आरोग्यविम्याच्या अंतर्गत संरक्षण देऊ करतात. अर्थातच त्यासाठी अतिरिक्त हप्ता भरावा लागतो. आरोग्यविम्यासाठी सर्वांत महत्त्वाची गोष्ट म्हणजे आपल्याला आधीपासून असलेल्या व्याधींची / आजारांची माहिती विमा कंपनीकडे जाहीर करणे. लपवलेल्या माहितीची बाब नंतर उघडकीस आली, तर विमा कंपनी दावा नाकारू शकते. अशा वेळी त्या व्यक्तीला विमा नियंत्रक आयआरडीएकडूनही मदत मिळत नाही.

काही जण त्यांच्या नोकरीच्या ठिकाणी असलेल्या समूह आरोग्यविम्याचा लाभ आहे म्हणून अतिरिक्त आरोग्यविमा उतरविण्याची गरज नसल्याचेही सांगतात.

परंतु हे समूह आरोग्यविम्याचे संरक्षण नेमके किती आहे याची खातरजमा करून घ्यावी. उर्वरित रकमेसाठी अतिरिक्त विमा स्वतंत्रपणे घेणे कधीही योग्य असते. आरोग्यविम्याबाबत असणाऱ्या गैरसमजामधील आणखी एक गैरसमज म्हणजे 'दारू पिण्याची आणि सिगरेट्स ओढण्याची सवय असणाऱ्यांना आरोग्यविमा मिळत नाही.' हा समज अर्धसत्य आहे. त्या व्यक्तीच्या व्यसनाची तीव्रता आणि त्याची विद्यमान आरोग्यस्थिती तपासून बहुसंख्य विमा कंपन्या प्रसंगी अतिरिक्त विमा हप्ता आकारून हे संरक्षण देतात. अनेक ठिकाणी आरोग्य विमा हा फक्त कमवत्या व्यक्तींसाठी उतरवण्याकडे कल असतो. हे बरोबर नसून आयुर्विमा हा कमवत्या व्यक्तींचा तर असावाच, पण प्रत्येक कुटुंब सदस्याचाही असावा. ही बाब बऱ्याच वेळा दुर्लक्षित केली जाते. यासाठी ऐकीव किंवा अविश्वसनीय स्रोतांमधून मिळणाऱ्या माहितीवर विश्वास न ठेवता या क्षेत्रातील योग्य आणि अनुभवी व्यक्तीकडून माहिती जाणून घ्यावी.

मानवी आयुष्याची क्षणभंगुरता आणि कुटुंबाला खरे संरक्षण देण्याचे महत्त्व जाणून समर्थांनी यावर चपखल भाष्य केले आहे.

थोडे जिणे अर्धपुडी काया । गर्व करिती रडाया ।
शरीर आवघे पडाया । वेळ नाही ।।३५ ।।

(दशक १५ समास ८)

माणसाचे आयुष्य थोडे असून हा देह क्षणभंगुर आहे. देह कधी पडेल याचा भरवसा नाही. तरीही लोक रडायलासुद्धा गर्व करीत असतात. थोडक्यात, मृत्यू सर्वांना अटळ आणि अचानक गाठणार आहे हे जाणूनही लोक अहंकार कुरवाळत बसतात.

काया माया दों दिसांची । आदिअंती अवघी ची ची ।
झांकातापा करून उगीचि । थोरीव दाविती ।।३८।।

(दशक १५ समास ८)

मानवी शरीर आणि संपत्ती ही दोन दिवसांची म्हणजेच क्षणभंगुर आहेत. वस्त्रालंकारांनी झाकपाक करून लोक उगीच मोठेपणा जगाला दाखवतात. परंतु जन्म-मृत्यूसमयी हे सर्व उपयोगाचे नसते.

मनुष्याच्या कृतीमध्ये केवळ स्वार्थ असू नये, तसेच स्वहिताप्रमाणेच समाजहिताचा, देशहिताचा विचार प्रत्येक कृतीमध्ये असावा असा विचार

दासबोधात सांगितलेला आहे. त्याला अनुसरून इथे असेही सांगावेसे वाटते की; आपण स्वत:चा, कुटुंबाचा आयुर्विमा, आरोग्यविमा काढतो, त्याचप्रमाणे आपल्या परिचयातील गरजू व्यक्तींसाठीही असे विमा संरक्षण आपण देऊ शकतो. ती त्यांच्यासाठी आणि त्यांच्या कुटुंबासाठी सार्थ भेट ठरेल. हाच परमार्थ समर्थांना अभिप्रेत असावा.

टपाल जीवन विमा

सरकारी आणि निमसरकारी क्षेत्रातील कर्मचाऱ्यांसाठी उपलब्ध असलेल्या टपाल जीवन विम्याच्या स्थापनेस आता १३८ वर्षे पूर्ण झाली आहेत. सर्व केंद्र तसेच राज्य सरकारी कर्मचारी, संरक्षण दलातील कर्मचारी आणि जवान, सरकारी अनुदानप्राप्त शैक्षणिक संस्थांतील कर्मचारी, स्थानिक स्वराज्य संस्थांमधील (महानगर पालिका, नगरपालिका, जिल्हा परिषदा) कर्मचारी, राष्ट्रीयीकृत बँकांमधील कर्मचारी आणि सरकारी उपक्रमातील सार्वजनिक क्षेत्रातील कंपन्यांतील कर्मचारी हा टपाल जीवन विमा उतरवू शकतात. सरकारी नोकरी सोडल्यावरही पोस्ट ऑफिसात या विम्याचे हफ्ते भरता येतात. ग्रामीण क्षेत्रातील लोकांसाठी 'ग्रामीण टपाल विमा योजना' असून त्यात खेडेगावातील लोकांना या योजनेअंतर्गत विमा संरक्षणाचा लाभ माफक हप्त्यात मिळतो. टपाल जीवन विम्याच्या सात प्रकारच्या योजना असून किमान वीस हजार रुपयांचा आयुर्विमा उतरवावा लागतो. त्यापुढे दहा हजार रुपयांच्या पटीत विमा घ्यावा लागतो. विमा रकमेसाठी कमाल मर्यादा दहा लाख रुपयांची असून शारीरिक अपंगत्व असलेल्यांना विशेष योजनेअंतर्गत काही अटींवर कमाल एक लाख रुपयांचा आयुर्विमा देण्यात येतो.

'सुरक्षा' योजनेत संपूर्ण आयुष्यभराचा विमा (whole life) १९ ते ५० वयोगटासाठी देण्यात येतो. मुदतीचा विमा 'संतोष' योजनेत तर मनीबॅक प्रकारातील 'सुमंगल' योजनेत विशिष्ट अवधीनंतर विमा रकमेच्या वीस टक्के रक्कम परत देण्यात येत असते. 'सुविधा' योजनेत संपूर्ण आयुष्यभराच्या आयुर्विम्याचे परिवर्तन मुदतीच्या विम्यात (टर्म

इन्शुरन्स) करता येते. पती-पत्नीसाठी एकाच पॉलिसीत विमा सरंक्षण 'युगल' योजनेत दिले जाते. या योजनेत पती किंवा पत्नीचा मृत्यू झाल्यास जिवंत असलेल्या सहचारास पुढील शिल्लक हफ्ते भरावे लागत नाहीत आणि स्वत:साठी विमा संरक्षण सुरूच राहते. वैद्यकीय तपासणीशिवाय एक लाख रुपयांचा विमा उतरविण्याची सुविधा टपाल विम्यात आहे. लहान मुलांसाठीही असलेल्या योजनेत पाच ते वीस वर्षे वयोगटातील मुलांना आयुर्विम्याचे संरक्षण देण्यात येते. या सर्व योजनांचा विम्याचा हप्ता आयकर कलम ८०-सी अन्वये करपात्र उत्पन्नातून वजावटीस पात्र ठरतो. या टपाल जीवन विमा योजनेवर मिळणाऱ्या बोनसचा लाभ चांगला आहे.

■

जन्मवरी वाहोन भार । सेखी सांडून जसी ।।

सेवानिवृत्ती समाधानकारक होण्यासाठी काही गोष्टींची आधीच काळजी घेणे गरजेचे असते. म्हणजे, जर आधीपासून व्यवस्थित नियोजन केलेले असेल, तर निवृत्तीनंतर, मग ती स्वेच्छेने असो किंवा नियत वयोमानानुसार झालेली असो, काळजीचे कारण राहत नाही. बऱ्याच लोकांच्या बाबतीत असे होते की, निवृत्तीनंतर मिळणाऱ्या पेन्शनवर किंवा भविष्य निर्वाह निधीच्या रकमेवरील व्याजावर कुटुंबाचे महिन्याचे आर्थिक गणित गडबडून जाते. शिवाय, त्यात वाढत्या वैद्यकीय उपचारांच्या खर्चाचीही भर पडते. वाढणारी महागाई आणि वयोमानाप्रमाणे येणारी दुखणीखुपणी यांवर आपण नियंत्रण ठेवू शकत नाही. पण त्यामुळे येणारा ताण जिवाला घोर लावतो. तेव्हा निवृत्तीकाळाच्या आधीपासूनच तयारीला लागावे. सेवानिवृतीचे काऊंटडाउन खरे तर पाच-सहा वर्षे बाकी असतानाच सुरू झालेले असते. याच काळात काही निरीक्षणे करावी, आढावा घ्यावा. आपली बचत, गुंतवणूक आणि आपल्यावर असलेल्या आर्थिक जबाबदाऱ्या तपासून पाहाव्यात. आपले एखादे कर्ज शिल्लक असेल, तर दरमहा द्यावा लागणाऱ्या त्याच्या हप्त्याचे मासिक उत्पन्नाशी असलेले प्रमाण योग्य पातळीवर आहे की नाही याची खातरजमा करावी. शक्यतो सेवानिवृतीआधीच

सर्व कर्जांची परतफेड केल्यास आपल्या निवृत्तीपश्चात आर्थिक बाजू मजबूत राहायला मदत होते.

आर्थिक निर्णय विशेषत: निवृत्तीपश्चातच्या नियोजनासाठी घेताना शक्यतो भावनिक न होता व्यावहारिकतेने घेणे श्रेयस्कर ठरते. पुढे दिलेल्या ओवीतून समर्थदेखील अशाच प्रकारचा सल्ला देतात -

कैंची माता कैंचा पिता । कैंची बहीण कैंचा भ्राता ।
कैंची सुहृदे कैंची वनिता । पुत्रकळत्रादिक ।।४५।।

(दशक ३ समास १०)

कोण आईवडील? कुठले बहीण-भाऊ? कसले सगेसोयरे, कोण पत्नी? कोण ही मुले नातवंडे? हे सर्व फक्त सुखाचे वाटेकरी असतात.

कैंचे घर कैंचा संसार । कासया करिसी जोजार ।
जन्मवरी वाहोन भार । सेखी सांडून जासी ।। ४८।।

(दशक ३ समास १०)

कसला प्रपंच आणि कसले कुळ-खानदान? इतकी जीवतोड धडपड कशाला करायची? जन्मभर हा प्रपंचाचा भार वाहून काय मिळाले? जगामध्ये सत्य काय आहे याचा जर मनापासून शोध घेतला, तरच देव, म्हणजेच चांगली माणसे भेटतात असे म्हणतात. अशा चांगल्या लोकांच्या मार्गदर्शनामुळे मनातल्या अनेक चिंता, भ्रम, भ्रांती, तसेच आपले अज्ञान दूर होत असते. थोडक्यात, आयुष्य सुखकर होते.

अनेक लोक निवृत्तीनंतरच्या आर्थिक नियोजनासाठी पोस्ट-बँक यांतील ठेवींव्यतिरिक्त गुंतवणुकीच्या आणि बचतीच्या अन्य पर्यायांचा फारसा विचार करत नाहीत आणि निवृतीनंतर चार-पाच वर्षांनी त्याचे परिणाम दिसू लागतात. बऱ्याचदा याचे कारण वाढणारी महागाई हे असते. महागाईचा दर आपल्या राहणीमानावर किती परिणाम करतो ते पटकन लक्षात येत नाही. त्यामुळे मासिक उत्पन्नाचे स्रोत कोणत्या प्रकारच्या गुंतवणूक साधनांतून उपलब्ध होऊ शकतात, त्यातून दरमहा किती उत्पन्न मिळू शकेल, आपली मासिक गरज या उत्पन्नांतून कितपत भागवता येईल; या सर्व प्रश्नांची उत्तरे निवृत्तीच्या आधीच मिळवायचा प्रयत्न करावा.

आर्थिक नियोजनाच्या क्षेत्रात नवख्या असणाऱ्या व्यक्तीला काही मूलभूत बाबी सुरुवातीपासून माहीत असणे गरजेचे असते. त्यांपैकी पहिल्या दोन गोष्टी म्हणजे, एकूण उत्पन्नाच्या किती टक्के बचत केली पाहिजे आणि तिची विभागणी

कशी असावी. सर्वसाधारणपणे एकूण वार्षिक उत्पन्नाच्या किमान १५ टक्के बचत केलेली उत्तम. यामुळे आर्थिक नियोजन सुलभ होऊन भविष्यातील आर्थिक उद्दिष्टपूर्ती होणे शक्य होते. वयाच्या किमान चाळिशीपर्यंत वार्षिक १५ टक्के केलेल्या बचतीपैकी किमान १० टक्के बचत निवृत्तीपश्चातच्या काळासाठी गुंतवणे योग्य ठरते. तर उर्वरित ५ टक्के बचत ही अल्प आणि मध्यम अवधीसाठीच्या आर्थिक उद्दिष्टांसाठी नियोजनपूर्वक गुंतवणे इष्ट ठरते. आपली विद्यमान जीवनशैली सेवानिवृत्तीनंतरही तशाच प्रकारे ठेवण्यासाठी कायम राहावी अशी अपेक्षा सर्वांची असते. आपल्या निवृत्तीसमयी असणाऱ्या वार्षिक उत्पन्नाच्या किमान ८० टक्के उत्पन्न मिळेल अशी तजवीज करावी. यासाठी निवृत्तीपश्चात निधी (Retirement Corpus) हा तुमच्या वार्षिक उत्पन्नाच्या किमान २० पट असला पाहिजे हे लक्षात ठेवावे. समर्थ म्हणतात -

अर्थांतर पाहिल्याविण । उगेचि करी जो श्रवण ।
तो श्रोता नव्हे पाषाण । मनुष्यवेषें ।। ७ ।।

(दशक ८, समास ६)

आपण जे काही ऐकतो त्याचा नेमका अर्थ समजून घ्यावा. काही अर्थबोध न होता उगाच ऐकत राहणारा श्रोता हा श्रोता नाही, तर शिळा-पाषाण म्हणावा लागेल. थोडक्यात, तज्ज्ञ लोकांच्या मार्गदर्शनाचा यथोचित अर्थ समजून घेतला, तरच आपले दोष, चुका समजून येतील आणि ते दुरुस्त करून नेमके नियोजन करता येईल.

निवृत्तीनंतरचे आर्थिक नियोजन करताना आपल्याजवळची रोकडसुलभ आर्थिक मालमत्ता (Liquid Financial Assets) आणि आपला दर महिन्याचा घरखर्च यांचे प्रमाण किती आहे ते पाहावे. रोकडसुलभ मालमत्ता म्हणजे अशी मालमत्ता किंवा गुंतवणूक ज्याद्वारे आपल्याला सहज आणि तत्काळ पैसा उभा करता येतो. उदाहरणार्थ, बँक ठेवी, मुच्युअल फंड्स, शेअर्स इत्यादी. यामुळे भविष्यात जर कधी घरात आपत्कालीन परिस्थिति उद्‌भवली, तर आपल्या हाताशी किती रक्कम येऊ शकेल याचा अंदाज येईल. हे प्रमाण काढण्यासाठी रोकडसुलभ आर्थिक मालमत्तेच्या रकमेस आपल्या मासिक घरखर्चाच्या रकमेने भागावे. या प्रमाणानुसार किमान सहा महिन्यांचा घरखर्च भागवता येईल इतका आपत्कालीन निधी राखून ठेवणे इष्ट ठरते. खाली दिलेल्या उदाहरणावरून हे समजणे सोपे होईल - समजा

एखाद्या मनुष्याकडे बँक ठेवी, मुच्युअल फंड्स, शेअर्स या सर्वांमधील एकत्रित गुंतवणूक दोन लाख पन्नास हजार रुपयांची आहे. त्याचा मासिक घरखर्च पंचवीस हजार रुपये आहे. याचाच अर्थ त्याच्याकडे किमान दहा महिन्यांसाठी (२,५०,००० / २५,००० = १०) आपत्कालीन निधी उपलब्ध करता येऊ शकतो.

आपत्कालीन निधी तरतुदीबरोबरच आपल्या कौटुंबिक आरोग्य विम्याच्या तरतुदींचे पुनर्निरीक्षण (Review) करणे गरजेचे असते. त्यात काही ॲड-ऑन कव्हर्स, म्हणजे अतिरिक्त जोखीम संरक्षण देणाऱ्या बाबी स्वीकारणे हिताचे ठरते. तसेच, शेअर्समध्ये गुंतवलेला हिस्सा हळूहळू कमी करून तो सरकारी रोखे/ बॉन्ड्स, चांगल्या कंपन्यांचे कर्जरोखे (Non-Convertible Debentures), म्युच्युअल फंडांचे बॅलेन्स्ड फंड्स आणि बॉन्ड फंड्स योजनांमध्ये गुंतवावा. निवृत्तिपूर्व अवधीत केलेल्या सार्वजनिक भविष्य निर्वाह निधी खाते (पीपीएफ अकाऊंट), राष्ट्रीय बचत प्रमाणपत्रे (N.S.C.) वा अन्य तत्सम गुंतवणुकींच्या मुदतपूर्तीच्या तारखा आणि निवृत्तीपश्चात त्याद्वारे मिळणारी रक्कम किती असेल हे तपासावे. शक्यतो आपल्या सर्व स्वकष्टार्जित मालमत्तेचा आणि गुंतवणुकीचा तपशील तपासून घ्यावा. निवृत्तीपश्चातचे आयुष्य आनंददायी आणि सुकर करण्यामध्ये या नियोजनाचा वाटा मोठा असतो.

गुंतवणुकदारांची कामधेनू - PPF

सार्वजनिक भविष्य निर्वाह निधी खाते, अर्थात पब्लिक प्रॉव्हिडंट फंड (PPF) अकाऊंट हे खाते सर्व पोस्ट ऑफिसांमध्ये, स्टेट बँकेत आणि इतर निवडक राष्ट्रीयीकृत बँकांमध्ये उघडता येते. किमान पंधरा वर्षे मुदतीची ही योजना असून ही मुदत संपल्यावर दर पाच वर्षांनी या खात्याची मुदत वाढवता येते. या खात्यात प्रत्येक आर्थिक वर्षात किमान पाचशे रुपये तर कमाल एक लाख पन्नास हजार रुपयांपर्यंत गुंतवणूक करता येते. एखाद्या आर्थिक वर्षी किमान रक्कम भरली गेली नाही, तर त्या आर्थिक वर्षासाठी पन्नास रुपये दंड आणि पाचशे रुपये भरावे लागतात. आयकर अधिनियम दहा अन्वये या खात्यावर मिळणारे व्याज संपूर्ण आयकर मुक्त असून संपत्ती करातून हे खाते वगळण्यात आले आहे. या खात्यात जमा केलेली रक्कम आयकर

कलम ८०-सी अन्वये करपात्र उत्पन्नातून वजावटीस पात्र ठरते. या खात्यावर वारस नेमण्याची सुविधा दिलेली आहे. एक व्यक्ती केवळ एकच सार्वजनिक भविष्य निर्वाह निधी खाते उघडू शकते. अवयस्क (मायनर) व्यक्तीच्या नावे त्या व्यक्तीचे आई-वडील किंवा कायदेशीर पालक हे खाते उघडू शकतात.

या खात्याद्वारे एक प्रकारचा भविष्य निर्वाह निधी तयार करता येतो. तसेच, प्रारंभीच्या तीन आर्थिक वर्षांनंतर गरज भासेल तेव्हा कर्ज मिळू शकते. सहा आर्थिक वर्षे पूर्ण झाल्यावर दरवर्षी वर्षातून एकदा ठरावीक रक्कम काढून घेण्याची सुविधादेखील या खात्याला उपलब्ध आहे. ही रोकड सुलभता गुंतवणूकदाराला लाभकारी ठरते. खात्याला सहा आर्थिक वर्षे पूर्ण झाल्यानंतर कर्ज मिळत नाही. कारण सहा आर्थिक वर्षे पूर्ण झाली, की खातेदार प्रत्येक आर्थिक वर्षी एकदा रक्कम काढू शकतो. रक्कम काढण्याच्या वर्षीच्या मागील चौथ्या आर्थिक वर्षाच्या अखेरीस, म्हणजे ३१ मार्च रोजी शिल्लक असलेल्या रकमेच्या ५० टक्के एवढी रक्कम काढण्यास मिळते. त्या आर्थिक वर्षात खात्यातून काढण्यात आलेल्या रकमेच्या एक टक्का इतकी रक्कम त्या वर्षी मिळालेल्या व्याजाच्या रकमेतून व्याज खात्यात जमा केले जाते. लहान मुलांच्या नावे हे खाते उघडल्यास त्यांच्या महाविद्यालयीन शिक्षणाच्या खर्चाची तजवीज करणे सुलभ ठरते. वृद्धापकाळची आर्थिक सोय म्हणूनही या खात्याकडे हक्काने बघता येते. म्हणूनच या खात्यास 'गुंतवणूकदारांची कामधेनू' म्हटले जाते.

■

सावधपणे सर्व जाणावे ।
वर्तमान आधीच घ्यावे ।

भारतातील कमावणाऱ्या लोकसंख्येच्या अवघे ७ ते ८ टक्के लोक शेअर बाजारात गुंतवणूक करतात, असे निरीक्षणांमधून दिसून आले आहे. उर्वरित ९२ ते ९३ टक्के लोक शेअर बाजारातील गुंतवणुकीकडे वळत नाहीत. याला विविध कारणे असू शकतात. कदाचित त्यांच्याकडे शेअर बाजारात गुंतवणूक करण्याइतके पैसे नसावेत, त्यांची इच्छा नसावी, या पर्यायापेक्षा वेगळे पर्याय त्यांच्याकडे असावेत किंवा शेअर बाजारात गुंतवणूक करण्यासाठी आवश्यक माहिती त्यांना नसावी. आपल्या देशात आजही शेअर बाजार आणि म्युच्युअल फंड्स या गुंतवणूक माध्यमांबद्दल म्हणावे तितके लोकशिक्षण झालेले दिसत नाही आणि त्याचमुळे या गुंतवणूक पर्यायाकडे वळणाऱ्या लोकांची संख्याही कमी आहे. अशा माध्यमांमध्ये गुंतवणूक करताना पुरेशी माहिती असेल, तर त्याबद्दलचे गैरसमज, काळजी दूर होऊन त्याचे आर्थिक नियोजनातील महत्त्व समजते.

म्युच्युअल फंड्स हाही गुंतवणुकीचा एक उत्तम पर्याय आहे. एखाद्या आर्थिक सल्लागाराकडून याबद्दलची अधिक माहिती आपण जाणून घेऊ शकतो. दासबोधात दिलेले वचन इथे तंतोतंत लागू होते -

विद्या नाहीं बुद्धि नाहीं । विवेक नाहीं साक्षेप नाहीं ।
कुशळता नाहीं व्याप नाहीं । म्हणोन प्राणी करंटा ।। १० ।।
इतुकेंही जेथें वसे । तेथें वैभवास उणें नसे ।
वैभव सांडिता अपैसें । पाठी लागे ।। ११ ।।

(दशक ९ समास ४)

विद्या, बुद्धी, विवेक, उद्योग, कुशलता किंवा व्याप यांपैकी जवळ काहीही नसते, तेव्हा प्राणी करंटा होतो. हे सर्व गुण जेथे असतात, तेथे वैभवाला कमतरता नसते. इतकी, की वैभव नको म्हटले तरी मागे लागते. तेव्हा आपला अभ्यास नसताना किंवा प्रत्यक्ष व्यवहारचे ज्ञान आपल्याला नसताना शेअर बाजारात उतरणे धोक्याचे ठरू शकते. तोटा झाला तर काही वेळा कौटुंबिक अर्थव्यवस्था कोलमडून जाऊ शकते. म्हणून सुरुवातीला, एकदम शेअर बाजारात उतरण्यापेक्षा म्युच्युअल फंड्सचा पर्याय चांगला ठरतो. म्युच्युअल फंड हे मूलतः जोखीम (रिस्क) कमी करणारे साधन आहे. म्युच्युअल फंड याचा शब्दशः अर्थ 'सहयोग निधी'. बहुसंख्य गुंतवणूकदार एकत्र येऊन त्यांचा गुंतवणूक निधी एखाद्या व्यावसायिक पण तज्ज्ञ संघटनेकडे सोपवतात. या व्यावसायिक आणि तज्ज्ञ संघटनेने त्या निधीचे केलेले व्यवस्थापन आणि नियोजन म्हणजेच म्युच्युअल फंड. म्युच्युअल फंड हे कमीत कमी जोखीम असलेल्या शेअर्ससह अधिक जोखमीच्या पण लाभदायी शेअर्समध्ये आणि रोख्यांमध्ये मोठ्या प्रमाणात गुंतवणूक करतात.

म्युच्युअल फंडांच्या निधीचे व्यवस्थापन मालमत्ता व्यवस्थापन कंपनीद्वारे (ॲसेट मॅनेजमेंट कंपनी) विविध योजना आखून केले जात असते. जर व्यवस्थापन प्रक्रियेत चुकीचे निर्णय घेतले गेले, तर गुंतवणूकदारांच्या गुंतवणुकीवर विपरीत परिणाम होतो. हे आपण १९९५ ते १९९८ व २००८ ते २०१० तसेच आता २०२०च्या म्युच्युअल फंडाच्या कामगिरीवरून पाहिले आहे. उगाच नाही रामदास स्वामी सांगतात -

बहुती काहीतरी सापडे । विचक्षण लोकी मित्री घडे ।
उगेच बैसता काहीच न घडे । फिरणे विवरणे ।। २५ ।।
सावधपणे सर्व जाणावे । वर्तमान आधीच घ्यावे ।
जाऊ ये तिकडे जावे । विवेके सहित ।। २६ ।।

(दशक १५ समास ६)

बऱ्याच ठिकाणी भ्रमण केल्याने चांगली माणसे संपर्कात येतात. चतुर (हुशार) व्यक्तींबरोबर या निमित्ताने स्नेह जमतो. नुसते घरात बसून काहीच मिळणार नाही. सावधपणे सर्व बाबी त्या व्यक्तींकडून समजून घेऊन ज्या ठिकाणी किंवा ज्या क्षेत्रात जायचे आहे, त्याबाबत नीट माहिती घेऊन विचारपूर्वक निर्णय घ्यावेत.

इक्विटी फंडामधील गुंतवणूक निधी शेअर्समध्ये गुंतवलेला असतो. यात लाभाचे प्रमाण जास्त असले, तरी जोखमीचे प्रमाणही अधिक असते. बाँड तसेच डेट (debt) फंडातील निधी रोखे, कर्ज-रोखे यात गुंतवलेला असतो. त्यामुळे सुरक्षित आणि नियमित उत्पन्नाचा लाभ होत असतो. परंतु उत्पन्नाचा दर आकर्षक वाटत नाही. बॅलन्स्ड फंड योजनेतील निधीचा काही भाग शेअर्समध्ये, तर काही भाग रोखे, कर्ज-रोख्यांत गुंतवून समतोल साधलेला असतो. त्यामुळे सुरक्षिततेसह गुंतवणुकवृद्धी आणि नियमित उत्पन्नाचे उद्दिष्ट ठरवता येऊ शकते.

म्युच्युअल फंडातील खुल्या प्रकारात (ओपन एन्डेड) निव्वळ मालमत्ता मूल्यावर (नेट असेट व्हॅल्यू) आधारित किंमत खरेदी-विक्रीसाठी ठरवलेली असते. निव्वळ मालमत्ता मूल्य हे म्युच्युअल फंड योजनेच्या गुंतवणुकीच्या बाजारमूल्यास एकूण युनिट्सच्या संख्येने भागले असता मिळते. छोट्या गुंतवणूकदारांना उपयुक्त ठरणारे हे म्युच्युअल फंड दीर्घ कालावधीसाठी चांगले ठरतात. कोणता म्युच्युअल फंड चांगला लाभ देईल, कोणती योजना लवकर लाभदायी ठरेल यांसारख्या गुंतवणुकदारांना पडणाऱ्या नेहमीच्या प्रश्नावर समर्थ सांगतात -

ठाई ठाई शोध घ्यावा । मग ग्रामी प्रवेश करावा ।
प्राणीमात्र बोलवावा । आप्तपणे ।।१७।।

(दशक १९ समास २)

ज्याप्रमाणे कोणत्याही गावात शिरण्याआधी बाहेरून तेथील लोकांची माहिती करून घ्यावी, त्याप्रमाणेच म्युच्युअल फंडाच्या प्रवर्तकांची विश्वसनीयता, स्थैर्य, व्यवहारातील पारदर्शकता, गुंतवणूकदारांच्या सेवेतील तत्परता आणि त्या म्युच्युअल फंडाची इतर योजनेतील आजपर्यंतची कामगिरी अभ्यासून किंवा तपासूनच गुंतवणूकीचा निर्णय घेणे इष्ट ठरते. आज म्युच्युअल फंडांच्या हजारो योजना आहेत. परंतु त्यामधून चांगल्या योजनांचा अभ्यास करून जे लोक गुंतवणूक करतात, त्यांना लाभ झालेला दिसतो. यावर समर्थ सांगतात -

नाना रत्ने परीक्षिता । अथवा वाजणे कारिता ।
उत्तम सोने पुटी घालिता । सावधान असावे ।।४।।

(दशक १७ समास ३)

अनेक रत्नांची परीक्षा करताना अथवा वजन करताना किंवा उत्तम सोने मुशीत तापवताना सावध असावेच लागते. असाच सावधपणा दाखवून, चाणाक्ष राहून आपली गुंतवणूक ज्या माध्यमात करायची आहे, त्या माध्यमाची किंवा योजनेची नीट माहिती मिळवून निर्णय घेणे अपेक्षित आहे. समर्थ पुढे असेही सांगतात -

उदंड लोक बाजारींचे । जे जे आले ते ते वेंचे ।
उत्तम तितुके भाग्याचे । लोक घेती ।।२३।।

(दशक १७ समास ६)

बाजारात ज्या ज्या वस्तू अथवा योजना येतात, त्या साऱ्यांची विक्री होत असते. परंतु जे भाग्यवान लोक असतात, तेच फक्त उत्तम असणाऱ्या वस्तू अथवा योजना नेमकेपणे निवडून घेतात.

स्वतःची आर्थिक उद्दिष्टे ठरवून त्याप्रमाणे त्या उद्दिष्टपूर्तीसाठी काही गोष्टींची माहिती करून घेणे आवश्यक ठरते. उदाहरणार्थ, आपण निश्चित केलेल्या अवधीसाठी आपल्याला किती उत्पन्नदर अपेक्षित आहे, त्यासाठी दरमहा किती रक्कम गुंतवणे आवश्यक आहे इत्यादी. म्युच्युअल फंडच्या योजनांमधील नियोजनबद्ध गुंतवणूक मार्ग (सिस्टमटिक इन्व्हेस्टमेंट प्लॅन) म्हणजेच 'एसआयपी' उपयुक्त ठरतो. यात नियमित कालावधीत निश्चित केलेली रक्कम ठरवलेल्या अवधीसाठी (किमान सहा महिन्यांपासून अगदी २५-३० वर्षांपर्यंत) गुंतवली जाते. रुपयाच्या मूल्याच्या सरासरीकरणामुळे (रूपी कॉस्ट अँव्हरेजिंग) गुंतवणुकीची सरासरी किंमत कमी पडते. समजा, तुम्ही दरमहा एक हजार रुपये म्युच्युअल फंड योजनेत गुंतवत आहात. प्रत्येक महिन्याच्या विशिष्ट तारखेस असलेल्या निव्वळ मालमत्ता मूल्यास म्हणजे नेट ॲसेट व्हॅल्यूला (NAV) त्या एक हजार रुपयांतून युनिट्सची खरेदी होते. शेअर बाजारातील चढ-उतारांमुळे बदलणाऱ्या निव्वळ मालमत्ता मूल्यातील बदलांमुळे त्या प्रत्येक एक हजार रुपयांमध्ये खरेदी झालेल्या युनिट्सच्या संख्येतही फरक पडतो. जर निव्वळ मालमत्ता मूल्य जास्त असेल, तर खरेदी केलेल्या युनिट्सची संख्या कमी असेल. परंतु हेच निव्वळ मालमत्ता मूल्य कमी असेल, तर खरेदी केलेल्या युनिट्सची संख्या अधिक असेल. जितक्या प्रदीर्घ अवधीसाठी ही योजना असेल तितक्या

कालावधीत चक्रवाढ पद्धतीने नफ्यावर नफा वाढत जातो. समजा 'अ' व्यक्तीने १० हजार रुपये २० वर्षांसाठी गुंतवले. जर गुंतवणुकीवरील सरासरी उत्पन्नदर वार्षिक १५ टक्के येत असेल, तर त्याची गुंतवणूक एक लाख ६२ हजार रुपये होईल. पण 'ब' व्यक्तीने 'अ'ची कृती बघून दहा वर्षांनंतर 'अ'च्या गुंतवणुकीच्या दुप्पट म्हणजेच २० हजार रुपये त्या योजनेत गुंतवले, परंतु त्याला पुढील १० वर्षांत ८० हजार ९०० रुपयेच मिळतील. त्याचे महत्त्वाचे कारण म्हणजे 'अ'ने दहा वर्षे आधी सुरुवात केली असल्याने प्रदीर्घ काळात गुंतवणुकीची वृद्धी चांगली झाली. नियोजनबद्ध गुंतवणूक योजनेद्वारे (SIP) दरमहा एक हजार रुपयांची गुंतवणूक दहा, पंधरा आणि वीस वर्षांसाठी केली असता अंदाजे संचयित वार्षिक वृद्धी दर दहा टक्के प्रतिवर्ष गृहीत धरला, तर मुदतपूर्तीसमयी अनुक्रमे २ लाख ६ हजार ५५२ रुपये, ४ लाख १७ हजार ९२४ रुपये, आणि ७ लाख ६५ हजार ६९७ रुपये एवढी रक्कम तयार होऊ शकते.

दरमहा नियोजनबद्ध गुंतवणूक योजनेत
(Systematic Investment Plan -SIP) रु. ५, ००० गुंतवल्यास

अवधी वर्षांमध्ये	एकूण केलेली गुंतवणूक	संचयित वार्षिक वृद्धी १२ टक्के दराने (CAGR)	संचयित वार्षिक वृद्धी १५ टक्के दराने (CAGR)
५	३,००,०००	४,१२,४३२	४,४८,४०८
१०	६,००,०००	११,१६,६९५	१३,९३,२८६
१५	९,००,०००	२५,२२,८८०	३३,८४,३१५
२०	१२,००,०००	४९,९५,७४०	७५,७९,७७५
२५	१५,००,०००	९४,८८,१७५	१,६४,२०,३६९
३०	१८,००,०००	१,७६,४९,५६९	३,५०,४९,१०३
३५	२१,००,०००	३,२४,७६,३४५	७,४३,०३,२२५
४०	२४,००,०००	५,९४,१२,१०१	१५,७०,१८,७७७
४५	२७,००,०००	१०,८३,४६,२००	३३,१३,१५,४४७
५०	३०,००,०००	१९,७२,४४,६१५	६९,८५,९०,१३८

एसआयपी म्हणजेच नियोजनबद्ध गुंतवणुकीच्या माध्यमातून दरमहा केलेली बचत सामान्य व्यक्तीलासुद्धा कोट्यधीश बनवू शकते. अर्थात त्यासाठी लागणारा मनोनिग्रह आणि आर्थिक शिस्त खूप महत्त्वाची असते. आर्थिक उद्दिष्टे निश्चित करून गुंतवणुकीचा नियोजनबद्ध आराखडा बनवणे आवश्यक असते. भविष्यातील उत्पन्न दर तसेच चलनवाढीचा सरासरी दर किती असेल याचा अंदाज घेऊन नियोजनबद्ध गुंतवणुकीची कालमर्यादा निश्चित करावी लागते. कालमर्यादा नेमकी किती घ्यावी याचा निर्णय घेता येत नसेल, तर अधिकतम उपलब्ध मुदत ठेवून गरजेप्रमाणे थोडे पैसे काढून घेऊनही एसआयपी चालूच ठेवावी. कोट्यधीश होण्यासाठी खूप मोठी गुंतवणूक करण्याची आवश्यकता नसते. जर प्रदीर्घ अवधीत एक कोटी रुपयांची संपत्ती निर्माण करण्याचे उद्दिष्ट ठेवले, तर दर महिन्याला अवघ्या दीड हजार रुपयांची केलेली बचत २५-३० वर्षांत उद्दिष्टपूर्ती करू शकते. नियोजनबद्ध गुंतवणूक योजनेद्वारे जसे मोठे उत्पन्न मिळू शकते, तशाच प्रकारे भविष्यात दरमहा निवृत्तिवेतनासारखे उत्पन्न मिळवण्यासाठी नियोजनबद्ध गुंतवणूक पेन्शन फंडात होणे आवश्यक असते.

म्युच्युअल फंडांच्या कोणत्याही योजनेत निश्चित उत्पन्नदराची हमी नसते. शेअर बाजारचे तसेच रोखे बाजाराचे कल आणि प्रवाह लक्षात घेता दीर्घ मुदतीत मुळात जो उत्पन्न दर अपेक्षित आहे, तो दर तत्कालीन चलनवाढीच्या दरापेक्षा किमान एक ते दोन टक्के अधिक असणे आवश्यक ठरते. म्युच्युअल फंडाच्या योजनेत गुंतवणूक करताना आयकराची सवलत आणि भांडवली नफा करदायित्व लक्षात घेणे महत्त्वाचे ठरते. शाश्वत उत्पन्नाची सवय असलेल्या भारतीय गुंतवणूकदारांची मानसिकता केवळ उत्पन्न दराचाच विचार करून गुंतवणूक निर्णय घेत असते. परंतु आजच्या 'इन्स्टंट' काळात इन्स्टंट उत्पन्न किंवा लाभ म्युच्युअल फंडाकडून कधीच मिळणार नाहीत. मात्र दीर्घ मुदतीसाठी उत्पन्नाचा दर आकर्षक असेल हे नक्की. शेअर बाजारातील गुंतवणूक असो वा म्युच्युअल फंडांच्या युनिट्समधील गुंतवणूक असो, प्रत्येक गुंतवणूकदार कमीत कमी मूल्यास खरेदी करून अधिकाधिक मूल्यास विक्री करून नफा कसा घेता येईल हाच विचार करीत असतो. अशा वेळी समर्थ सावधतेचा इशारा देतात -

बहुतांचे बोली लागले । ते प्राणी अनुमानी बुडाले ।
मुख्य निश्चय चुकले । प्रत्ययाचा ।। १० ।।

(दशक १५ समास ६)

जे प्राणी अनेकांच्या नादाला लागून संशयात वावरतात किंवा गटांगळ्या खातात, त्यांना मुख्य निश्चय करता येत नसल्याने ते फसतात. शेअर बाजार विशिष्ट चक्रांमध्ये कार्यरत असतो. हे चक्र जसे वर जाणारे असते, तसेच खाली येणारेही असते. चक्राच्या प्रत्येक टप्प्यात काही उद्योगक्षेत्रे वृद्धिंगत होत असतात, तर काही उद्योगक्षेत्रे त्याच वेळी मंदीच्या फेऱ्यात अडकतात. कोणते उद्योगक्षेत्र कोणत्या वेळी वृद्धी दर्शवू शकते याचा अंदाज या चक्राकार बाजाराच्या अभ्यासातून घेता येतो. शेअर बाजाराचे तेजीपूर्व चक्र अनुभवताना अर्थव्यवस्थेत सुधारणा होत असल्याची लक्षणे दिसू लागतात. शेअर्सचे मूल्यांकन वाढीस लागते. अशा वेळी आर्थिक क्षेत्रातील कंपन्यांचे शेअर्स, चक्राकार शेअर्स आणि ग्राहकोपयोगी वस्तू निर्माण करणाऱ्या कंपन्यांचे शेअर्स वाढू लागतात. एकदा का अर्थव्यवस्था सुधारल्याचे संकेत आले, की शेअर बाजारात तेजीचे आशादायी वातावरण तयार होते. याची अनुभूती आपण कोविडनंतरच्या काळात घेतली आहे.

एकदा का तेजी स्थिर झाली, की अर्थव्यवस्थेच्या वाढीचा दर स्थिर झाल्याचे लक्षात येते. शेअर्सच्या किंमती विशिष्ट मूल्यांच्या पातळीतच वरखाली होत असतात. अशा वेळी औषधनिर्माण क्षेत्र, शीघ्र, गतिशील ग्राहकोपयोगी उत्पादन निर्मिती करणाऱ्या कंपन्यांचे आणि माहिती तंत्रज्ञान क्षेत्रातील कंपन्यांचे शेअर्स गुंतवणुकीसाठी आकर्षक वाटू लागतात. या अवस्थेत शेअर बाजारातील गुंतवणूकदारांची मानसिकता हळूहळू नकारात्मक होत असते. कंपन्यांच्या उत्पन्नाबद्दल असलेल्या अंदाजांचा अपेक्षाभंग होतो आणि नफा पदरात पाडून घेण्यासाठी हळूहळू शेअर्सची विक्री केली जाते. अचानक अर्थव्यवस्थेचा दरसुद्धा घसरणीला लागल्याचे दिसते आणि पळपुटे गुंतवणूकदार भीतीपोटी शेअर्सची विक्री करू लागतात. परंतु हुशार गुंतवणूकदार याच संधीचा लाभ घेऊन निवडक चक्राकार क्षेत्रातील कंपन्यांचे शेअर्स, शीघ्र, गतिशील ग्राहकोपयोगी उत्पादन निर्मितीतील कंपन्यांचे शेअर्स, माहिती तंत्रज्ञान क्षेत्रातील कंपन्यांचे शेअर्स आणि सिमेंट कंपन्यांचे शेअर्स खरेदी करतात आणि पुन्हा एकदा तेजीपूर्व अवधीचा अंदाज घेत बसतात. उद्योगांचे चक्र शेअर बाजाराशी कसे संलग्न असते याची अनुभूतीच गुंतवणूकदारांना येत असते. अशाच अर्थाची ओवी पुढे दिली आहे -

ध्यान देवाचे करावे । किंवा देवालयाचे करावे ।
हेंचि बरे विवरावे । आपुले ठाई ।।२८।।

(दशक १४ समास ८)

ध्यान देवाचे करायचे की देवालयाचे, याचा नीट विचार केला पाहिजे. म्हणजेच, ज्या शेअर्समध्ये गुंतवणूक करायची आहे, त्या शेअर्सचाच केवळ अभ्यास करायचा, की फक्त निर्देशांकांही करायचा, याचा विचार करावा. निर्देशांकांत फक्त मर्यादित कंपन्यांच्या शेअर्सचा सहभाग असतो. देवळात असणारे देव म्हणजे निर्देशांकात असणाऱ्या शेअर्सपैकी कोणते तुम्हाला भावतात ते पाहावे. निर्देशांकात नसूनही ज्यांची कामगिरी आकर्षक आहे, अशा शेअर्सचाही विचार करावा हे अभ्यासांती ठरवावे.

देह देऊळ आत्मा देव । कोठे धरू पाहाता भाव ।
देव वोळखोन जीव । तेथेंचि लावावा ।। २९ ।।

(दशक १४ समास ८)

समर्थ सांगतात, 'देह हे देऊळ असून आत्मा देव आहे. ह्यात भाव कुठे ठेवणार? म्हणून आपला नेमका देव ओळखूनच त्या देवावर जीव लावावा.' थोडक्यात, आपण ज्या कंपनीच्या शेअर्सचा अभ्यास केला आहे, ज्या कंपनीच्या परिपूर्ण कामगिरीविषयी खात्री वाटत आहे, अशा कंपनीच्या शेअर्समध्येच गुंतवणूक करावी. शेअर्स गुंतवणुकीसाठी नेहमीच संयम महत्त्वाचा असतो. शेअर्सच्या दरातील चढउतार हाच शेअर बाजाराचा मोठा गुणधर्म आहे. शेअर्सच्या दरात चढउतार होण्यामागे त्या त्या कंपनीची आर्थिक कामगिरी जितकी महत्त्वाची ठरते, तितकीच राजकीय परिस्थितीदेखील महत्त्वाची असते. सामाजिक परिस्थिती हा दुसरा महत्त्वाचा घटक शेअर बाजारावर वर्चस्व गाजवतो. युद्धजन्य परिस्थिती, जातीय दंगली, नैसर्गिक आपत्ती (भूकंप, पूर, दुष्काळ इत्यादी) आणि महामारी या गोष्टींचा परिणाम शेअर बाजारावर प्रकर्षाने जाणवतो. केंद्र सरकारची बदलणारी व्यापारी-आर्थिक धोरणे, अर्थसंकल्प, अर्थ मंत्रालयातर्फे जारी केली जाणारी कर धोरणे आणि रिझर्व बँकेचे पतधोरण तसेच व्याज धोरण हे शेअर बाजारांवर मोठ्या प्रमाणात परिणाम करतात. आंतरराष्ट्रीय शेअर बाजारात आणि एकूणच बाजारपेठेत जर मंदीचे वातावरण असेल, तर त्याचे पडसादही भारतीय शेअर बाजारांवर उमटतात. शेअर्सच्या चढउतारामागे अशी अनेक कारणे असतात.

उद्योगाच्या रचनेचा आणि गुणवैशिष्ट्यांचा व्यवस्थित अभ्यास करणे, हा शेअर्सशी संबंधित गुंतवणूक निर्णयामध्ये मोठा घटक असतो. उद्योगाची संरचना आणि स्पर्धेचे स्वरूप बघताना त्या उद्योगातील एकूण कंपन्या आणि बाजारपेठेतील अधिक हिस्सा राखून असलेल्या या उद्योगातील प्रमुख कंपन्या शोधाव्यात. सरकारचे परवाना धोरण, उद्योगक्षेत्रात प्रवेश करताना येणारे अडथळे, कंपनीचे किंमत धोरण, इतर कंपन्यांच्या उत्पादनांमधील साधर्म्य किंवा फरक दर्शवणारी पातळी, परदेशी कंपन्यांकडून होणारी स्पर्धा आणि पर्यायी उत्पादनांची गुणवत्ता, किंमत, जाहिरात आणि प्रत्यक्ष कामगिरी या मुद्द्यांवर होणारी तुलना या सर्व घटकांचा विचार महत्त्वाचा ठरतो. उत्पादनांना असलेल्या मागणीचे स्वरूप आणि भवितव्य अजमावताना मुख्य ग्राहक व त्यांच्या गरजा, मागणीच्या कालचक्रातील पातळी आणि भविष्यातील अपेक्षित वृद्धीचा दर यांचा विचार करावा. किंमत, उत्पादकता आणि नफ्याचे प्रमाण यांच्यातील संबंध स्पष्ट करावे लागतात. कच्चा माल, कामगार, साधने आणि इंधन यांच्यातील मुख्य घटकांचे किंमतप्रमाण, कामगारांद्वारे केली जाणारी उत्पादकता, स्थावर मालमत्ता, मालाची उलाढाल, खरेदी व विक्री केलेल्या मालांवरील किमतीबाबत असलेले नियंत्रण आणि चलनवाढीसंबंधित येणारा दबाव, एकंदरीत नफा आणि निव्वळ नफा, मालमत्तेवरील उत्पन्न, इतर उत्पन्न मिळवू शकणारी कंपनीची शक्ती आणि समभागांवरील उत्पन्न इत्यादी सर्व घटक विचारात घ्यावे लागतात. तसेच, तंत्रज्ञान आणि संशोधनाचा औद्योगिक विश्लेषणात प्रामुख्याने विचार होतो. महत्त्वाच्या तंत्रज्ञानात्मक बदलामुळे त्या उद्योगात घडलेला आमूलाग्र बदल आणि त्याची उपयुक्तता महत्त्वाची ठरते. संशोधनामुळे व अत्याधुनिक विकसित तंत्रज्ञानामुळे त्या उद्योगक्षेत्रातील सद्य विक्रीचे वाढीव प्रमाण आणि नवीन उत्पादनाच्या विक्रीतील तुलनात्मक वाढीव प्रमाण स्पष्ट होते. कंपनीचा पूर्वेतिहास, विद्यमान कामगिरी, संचालक मंडळ, उत्पादनांची बाजारपेठ, कामगार व्यवस्थापनातील संबंध इत्यादींचा अभ्यास त्या कंपनीच्या शेअर्सच्या खरेदी किंवा विक्रीसाठी कायमच मार्गदर्शक ठरतो.

आज समाजात गल्लोगल्ली आर्थिक सल्लागारांनी दुकाने थाटली आहेत. त्यामुळे गुंतवणूकदाराने सदैव सावध असणे योग्य ठरते. समर्थ म्हणतात त्याप्रमाणे -

उदंडाचे उदंड ऐकावे । परी ते प्रत्यये पाहावे ।
खरेखोटे निवडावे । अंतर्यामी ।।११।।

(दशक १५ समास ६)

पुष्कळ लोकांचे पुष्कळ विचार ऐकावेत. परंतु आपल्या मनाला पटेल, रुचेल तेच आपण स्वीकारावे. विविध माध्यमांतून सल्ले देणारे हे लबाड लोक घसघशीत रक्कम घेऊन चुकीचे सल्ले देतात आणि सामान्य लोकांना हातोहात फसवतात. समर्थ अशा लबाड लोकांबद्दल गुंतवणूकदारांना जागरूक करतात -

बुद्धिविण प्राणी सकळ । ते अवघेची बाष्कळ ।
तया मूर्खांची खळखळ । कोणे करावी ।।४६।।

(दशक १४ समास ८)

फारशी बुद्धी नसलेले लोक जे सांगतात, ती बाष्कळ बडबड असते. असल्या मूर्ख लोकांबरोबर कोणताही व्यवहार टाळलेला बरा. समर्थ पुढे सांगतात की -

प्रत्ययेविण साभिमान । रोगी मारिले झाकून ।
तेथे अवघाचि अनुमान । ज्ञान कैंचे ।। ४८ ।।

(दशक १४ समास ८)

अनुभवांशिवाय नुसत्या दुरभिमानाने मोठमोठे उपदेश करण्यात कसले आले आहे ज्ञान? हे म्हणजे केवळ अंदाजाच्या आधारे रोग्याला झाकून मारण्यासारखे झाले.

शेअर बाजार घसरतो त्या वेळीही आधीच निश्चित केलेल्या अवधीप्रमाणे सातत्याने शेअर्सची वा म्युच्युअल फंडांच्या युनिट्सची खरेदी होणे अपेक्षित असते. मोठ्या कालावधीचा विचार केला, तर या सातत्याने केलेल्या खरेदीमुळे त्या शेअर्सची किंवा युनिट्सची सरासरी किंमत कमी असते. बाजार घसरला, तर युनिट्सचे निव्वळ मालमत्ता मूल्य (NAV) घसरते. परिणामी त्या रकमेत अधिक युनिट्सची खरेदी होते. बाजारात तेजी आली, तर युनिट्सचे बाजारमूल्य वधारते. अशा प्रकारे 'रुपया मूल्य सरासरीकरणा'चा लाभ दोन्ही परिस्थितींमध्ये मिळतो. म्युच्युअल फंड गुंतवणुकीत नियोजनबद्ध गुंतवणूक योजनेला (SIP) म्हणूनच महत्त्व आहे. रुपये-मूल्य सरासरीकरणाच्या (Rupee-Cost Averaging) पद्धतीचा लाभ एसआयपीमध्ये अधिक दिसून येतो.

समजले तरी उमजेना । उमजले तरी समजेना ।
प्रत्ययेविण अनुमानेना । सकळ काही ।। १७ ।।

(दशक १५ समास ५)

काही वेळा लोकांना काही गोष्टी कितीही पटवून सांगितल्या, तरी समजत-उमजत नाहीत. प्रत्यक्ष अनुभवाशिवाय त्यातील बारकावे लक्षात येत नाहीत.

कोणासी नव्हे म्हणो नये । समजावे अपाय उपाये ।
प्रत्यय घ्यावा बहुत काये । बोलोंनिया ॥ १२ ॥

(दशक १५ समास ६)

कोणालाही नाही म्हणू नये. त्यांनी सांगितलेल्या योग्य-अयोग्य गोष्टी ऐकून घ्याव्या आणि स्वतः प्रत्यय घेऊन पाहावा. त्यातच स्वतःचे हित आहे, असा व्यावहारिक सल्ला समर्थांनी देऊन ठेवलाच आहे.

■

करदायित्वाची ...याकारणे चतुरी । परीक्षा करावी ।

करदायित्व निश्चित करताना पाच घटक लक्षात घ्यावे लागतात. पहिला घटक निव्वळ वेतनाचा (नेट सॅलरी). मूळ पगार, कमिशन-बोनस, महागाई, घरभाडे-वाहन-प्रवास भत्ते, फ्रिंज बेनेफिट्स इत्यादींद्वारे किती उत्पन्न वर्षभरात अपेक्षित आहे ते लक्षात घेऊन वेतनातून होणाऱ्या वजावटी करून येणारे निव्वळ करपात्र वेतन कळते. दुसरा घटक अन्य स्रोतांद्वारे येणारे उत्पन्न बघणे. यात बँक बचत खाती-ठेवी-आवर्ती ठेवी इत्यादींवरील व्याजाचे उत्पन्न, कंपनी ठेवींवरील व्याज, कर्जरोखे-बॉण्ड्सवरील व्याज, राष्ट्रीय बचत प्रमाणपत्रे व किसान विकास पत्रांवरील व्याज, विलंबित कर परताव्यावरील (डिलेड टॅक्स रिफंड) व्याज, रॉयल्टीचे उत्पन्न, रेस-लॉटरीतील लाभ, चॅनेलवरील कार्यक्रमातून मिळालेली बक्षिसाची रक्कम इत्यादी मार्गांनी आलेले उत्पन्न दुसऱ्या घटकात येते. मालमत्ता आणि किंवा शेअर्स विक्रीतून झालेला भांडवली नफा तिसऱ्या घटकात अंतर्भूत असतो. घरापासूनचे उत्पन्न चौथ्या घटकात मोडते. म्युनिसिपल कर वगळून त्या घराचे वार्षिक मूल्य लक्षात घेऊन त्यातून गृहकर्जावरील व्याजाच्या परतफेडीची रक्कम वजा करून घरापासूनचे उत्पन्न निश्चित केले जाते. पाचव्या आणि शेवटच्या घटकात उद्योग-व्यवसायातून येणाऱ्या उत्पन्नाचा

विचार केला जातो. एकूण उत्पन्न वजा त्या उद्योग-व्यवसायाचा खर्च वजा करून आलेले उत्पन्न आयकरसाठी करपात्र ठरते.

याप्रमाणेच करबचत गुंतवणुकीची वर्गवारी करून किती गुंतवणूक आजवर म्हणजे चालू आर्थिक वर्षात झाली आणि करदायित्व कमी करण्यासाठी किंवा शून्य करण्यासाठी अजून किती गुंतवणूक आवश्यक आहे याचा अंदाज घेऊन ठेवला, की त्यानुसार सप्टेंबर महिन्यांपासून थोडीथोडी गुंतवणूक करायला लागावी. त्यामुळे मनस्ताप न होता नेमके करनियोजन होईल. ज्याप्रमाणे सहा वेगवेगळ्या प्रकारचे उत्पन्नस्रोत आहेत. वेतनाद्वारे येणारे उत्पन्न; घर-मालमत्तेद्वारे येणारे उत्पन्न; व्यवसाय-धंद्यातून येणारा लाभ-नफा; भांडवली नफ्याचे उत्पन्न; लाभांश-व्याज; लॉटरी, घोड्यांच्या शर्यती, सट्टा-जुगार, क्रीडा प्रकारांत मिळालेली बक्षिसांची रक्कम वगैरे मार्गांनी येणारे इतर उत्पन्न आणि बागायती कृषी उत्पन्न या मार्गाने उत्पन्न येते. त्याचप्रमाणे वेगवेगळ्या प्रकाराचे आयकर करदाते आहेत. आपण स्वतः कोणत्या प्रकाराचे उत्पन्न कमवून कोणत्या प्रकारच्या करदात्यांमध्ये समाविष्ट आहोत ते लक्षात घेतले पाहिजे. व्यक्ती, हिंदू अविभक्त कुटुंब (HUF Hindu Undivided Family), फर्म, मर्यादित जबाबदाऱ्या असलेली भागीदारीतील संस्था (Limited Liability Partnership-LLP), व्यक्तींचा समूह (असोसिएशन ऑफ पर्सन्स), कंपनी, ट्रस्ट, कृत्रिम न्यायिक व्यक्ती (आर्टिफिशियल ज्यूअरिडिकल पर्सन), स्थानिक प्राधिकरण अशा अनेक प्रकारांत करदात्यांची वर्गवारी होत असते.

आयकर कायद्यातील हे उत्पन्नाचे आणि करदात्यांचे प्रकार लक्षात घेऊन आपल्या सर्व प्रकारच्या उत्पन्नाचे एकत्रीकरण करून आपापल्या वर्गवारीनुसार आयकर विवरण पत्र तयार करणे आपल्या हिताचे ठरते. हे उत्पन्नाचे एकत्रीकरण आर्थिक वर्षानुसार निश्चित केले जात असते. १ एप्रिल ते ३१ मार्च या बारा महिन्यांच्या अवधीस वित्तीय किंवा आर्थिक वर्ष (Financial Year) म्हटले जाते. आर्थिक वर्ष ३१ मार्च रोजी संपल्यानंतर १ एप्रिलपासून सुरू होणाऱ्या पुढील आर्थिक वर्षात संपलेल्या मागील आर्थिक वर्षातील उत्पन्नाचे करनिर्धारण (Assessment) होत असते म्हणून त्याला 'करनिर्धारण वर्ष' म्हणतात.

सार गार येकचि सरी । तेथे परीक्षेस कैची उरी ।
याकारणे चतुरी । परीक्षा करावी ।। २२ ।।

(दशक ११ समास ४)

आपली संपत्ती आणि गारगोटी या दोन्ही एकच आहेत असे मानले, तर परीक्षा काय होणार? म्हणून शहाण्याने चतुरपणे परीक्षा करून नेमके सार घ्यावे.

बरेच जण पत्नी आणि मुलांच्या नावे स्वत:च्या पैशांची गुंतवणूक करीत असतात. त्या गुंतवणुकीद्वारे विशेषत: बँक ठेवी, राष्ट्रीय बचत प्रमाणपत्रे, पोस्टल ठेवी इत्यादींतून येणारे व्याजाचे उत्पन्न पत्नीचे किंवा मुलांचे आहे असे मानले जाते. खरे तर हे उत्पन्न तुमच्याच उत्पन्नात जमा धरले (क्लब) जात असते. पण आपणच सोयीस्करपणे ते उत्पन्न आपल्या करपात्र उत्पन्नातून वगळलेले असते. बँक-पोस्ट बचत खात्यांवरील व्याज, एवढेच नव्हे तर बँक मुदत ठेवीवरील व्याज, पुनरावर्ती खात्यावरील व्याज, पोस्टाच्या मुदत योजनेवरील व्याज, पोस्टल मासिक उत्पन्न योजनेवरील व्याज, किसान विकास पत्रांवरील व्याज, कर्जरोख्यांवरील व्याज आणि कंपन्यातील ठेवींवरील व्याज आजही बरेच जण आपल्या आयकर विवरण पत्रात दाखवत नाहीत. बहुसंख्य पॉलिसीधारक आपली आयुर्विमा पॉलिसी काढल्यापासून तीन वर्षांच्या आत बंद करतात. पण त्या पॉलिसीचा हप्ता जर त्यांनी आयकर बचतीसाठी वापरला असेल, तर या बंद केलेल्या पॉलिसीच्या विमा हप्त्यावर घेतलेला आयकर लाभ त्वरित वजा होत असतो. त्यामुळे करदायित्व लागू होते. जर गृहकर्ज काढून घेतलेले घर खरेदी केल्यापासून पाच वर्षांच्या आत विकले, तर गृहकर्जाच्या मुद्दलाच्या परतफेडीवर घेतलेली आयकर सवलत रद्दबातल ठरून करदायित्व येते. रक्ताच्या नात्याचा संबंध नसलेल्या व्यक्तींकडून स्वीकारलेल्या महागड्या भेटी किंवा रोख रक्कम जर प्रति वर्ष पन्नास हजार रुपयांच्या मूल्याहून अधिक असेल, तर भेट कर (गिफ्ट टॅक्स) भरणे आवश्यक असते. परंतु किती जण हा नियम लक्षात घेतात हा प्रश्न आहे. एक घर असताना दुसरे घर निर्माण केले, तर त्याची गणना संपत्ती करासाठी करण्यात येत असते. आपल्या आई-वडिलांच्या नावे असलेल्या घरात राहताना त्यांना घरभाडे दिल्याच्या पावत्या घेऊन मुलगा आणि सून दोघेही जण घरभाडे भत्ते आयकर सवलतीसाठी दावे करीत असल्याचे बऱ्याच वेळा दिसून येते. या सर्व कृती आयकर वाचवण्यासाठी नव्हे, तर चुकवण्यासाठी केलेल्या असतात. केवळ व्यापारी, उद्योजक किंवा राजकारणी यांना दूषणे देऊन चालणार नाही; कारण आपल्यातील बहुसंख्य जण त्याच माळेतील मणी होऊन बसतात.

अचानक ध्यानीमनी नसताना लॉटरी लागते, रेसमध्ये जॅकपॉट लागतो, टीव्ही चॅनेलवरील कार्यक्रमातून बक्षिस मिळते, जवळच्या नातेवाईकाकडून

मृत्युपत्राद्वारे लाभ मिळतो किंवा कधीकाळी घेऊन ठेवलेल्या शेअर्सच्या मूल्यात न भूतो न भविष्यति वाढ होते. अशा कोणत्याही मार्गाने ज्या वेळी अनपेक्षित धनलाभ होतो, त्या वेळी किती रक्कम मिळालेली आहे याबाबत आपण किंवा आपल्या कुटुंबीयांनी बाहेर वाच्यता न करणे गरजेचे असते. उलट त्याऐवजी हा धनलाभ कसा आणि कोणत्या मार्गाने झाला आहे, त्यावर कोणत्या प्रकारचे आणि किती करदायित्व देय ठरणार आहे, हे करदायित्व कमी करण्यासाठी किंवा वाचवण्यासाठी कोणत्या योजनेत किती अवधीसाठी किती रक्कम गुंतवावी लागणार आहे या सर्व प्रश्नांची उकल चार्टर्ड अकाउंटंटकडे जाऊन करून घ्यावी. करदायित्वाचे देणे आणि वकील-चार्टर्ड अकाउंटंट यांचे शुल्क दिल्यावर उरलेली रक्कम गुंतवण्यासाठी आपल्या कोणत्या आर्थिक उद्दिष्टांसाठी (मोठे घर घेणे, विद्यमान गृहकर्जाची किंवा अन्य सर्व प्रकारच्या कर्जांची परतफेड, मुलांचे उच्च/परदेशी शिक्षण, स्वतःच्या उद्योग-व्यवसायासाठी भांडवल, मुलांची लग्ने, देश-परदेश पर्यटन, वृद्धापकाळासाठी आर्थिक तसेच वैद्यकीय खर्चासाठी करावयाची तरतूद इत्यादी) या रकमेचा विनियोग कसा करता येईल त्याचे नियोजन करावे. या धनलाभाच्या मदतीने खरे तर सर्व प्रकारची कर्जे आणि देणी संपवून टाकणे महत्त्वाचे ठरते. कुटुंबातील सर्व सदस्यांना याची जाणीव करून देतानाच या नियोजनाचे गांभीर्य आणि उपयुक्तता पटवून द्यावी. प्रसंगी गुंतवणूक समुपदेशक किंवा सल्लागारांचे मार्गदर्शन घ्यावे. अचानक झालेल्या लाभाचे कायमस्वरूपी टिकून राहणाऱ्या संपत्तीत रूपांतर करण्याचा जाणीवपूर्वक प्रयत्न करावा. तरच लक्ष्मीचा वरदहस्त कायम टिकून राहू शकतो. या नियोजनानंतर मर्यादित खर्चात अनपेक्षित धनलाभाबद्दल झालेला आनंद जरूर साजरा करा... कुटुंबाला आर्थिक स्थिरता लाभून एक काळजी मिटल्याबद्दल!

■

येथील येथे अवघेचि राहाते ।
ऐंसे प्रत्ययास येते ।

संसार शाश्वत नाही. आपले आयुष्यही क्षणभंगुर आहे. त्यातल्या सर्वच गोष्टी कायम नाहीत. आज जवळ असलेला पैसा, मानमरातब, जमीनजुमला हे सर्व उद्याही असेलच याची खात्री देता येत नाही. असेलही आणि नसेलही. हे जग सोडून जाताना मनुष्याला सर्व भौतिक गोष्टी याच भूतलावर सोडून जाव्या लागतात. मग जे कायमचे माझे नसणार आहे त्याच्या प्राप्तीसाठी आणि ते जपून ठेवण्यासाठी मी जिवाची घालमेल करणे योग्य ठरते का, असा प्रश्न अनेकांना कधी ना कधी पडतो. हे सर्व ऐहिक जीवन म्हटले तर वरवरचे आहे. मनुष्य लोभाने मोह-माया जमवतो आणि त्यातच सुख आहे अशीच समजूत करून घेतो. खरे तर ही स्वतःचीच फसवणूक असते. हे सत्य जाणून घ्यावे. पण मग या असार संसाराच्या गर्तेतून मोक्ष मिळणार तरी कसा? रामनामाने! देवाचे नामस्मरण करत मोक्ष म्हणजे परमोच्च आनंद मिळवायचा असेल, तर या संसारातील फापटपसाऱ्याचा, निष्फळ गोष्टींचा मोह सोडून देता आला पाहिजे. समर्थ स्पष्टपणे मनुष्याला स्वहितासाठी काय करावे याचे मार्गदर्शन करतात. या उपदेशाची गरज निवृत्तिपश्चात अधिकच जाणवू लागते.

येथील येथे अवघेचि राहाते । ऐसे प्रत्ययास येते ।
कोण काय घेऊन जाते । सांगाना का ।।२८।।

(दशक १२ समास ८)

आपल्याला एक दिवस इथले सर्व इथेच सोडून जायचे आहे याचा प्रत्यय अनेकदा येत असतो. कोणाही मनुष्याला इथून परलोकी जाताना काहीही घेऊन जाता येत नाही. थोडक्यात, आपल्याला जे मौल्यवान वाटते त्याचा विनियोग आपल्या पश्चात कसा व्हावा याचे नियोजन आपणच करून ठेवणे इष्ट ठरते. म्हणूनच रामदास स्वामी मुद्दाम आठवण करून देतात -

मरणाचे स्मरण असावे । हरिभक्तीस सादर व्हावे ।
मरोन कीर्तीस उरवावे । येणे प्रकारे ।।१३।।

(दशक १२ समास १०)

आपल्याला आज ना उद्या मृत्यू येणार आहे. तेव्हा भगवंताची भक्ती करण्यात वेळ व्यतीत करावा. जिवंतपणी असे कार्य किंवा कृती करावी, की त्याची कीर्ती मृत्यूपश्चातही राहील.

आर्थिक नियोजनात गुंतवणुकीइतकाच महत्त्वाचा दुसरा घटक म्हणजे वारसाहक्क नियोजन. आपण कष्टपूर्वक मिळवलेली संपत्ती आपल्या पश्चात योग्य व्यक्तीच्या हातात जावी, आपल्याला अपेक्षित कारणांसाठी त्याचा विनियोग व्हावा अशी इच्छा असलेल्या सर्वांनी वारसाहक्क नियोजनाचा विचार केला पाहिजे. वारसाहक्क नियोजनामध्ये दोन पक्ष असतात - एक असतो संपत्तीचा निर्माता किंवा मालक, तर दुसरा असतो त्या संपत्तीचा स्वीकार करणारा वारसदार. वारसाहक्क नियोजन पूर्ण विचारांती आणि योग्य कागदपत्रांद्वारे योग्य पद्धतीने करणे गरजेचे आहे. जितकी संपत्ती अधिक आणि वैविध्यपूर्ण असेल, तेवढे वारसाहक्क नियोजन अधिक जटिल आणि गुंतागुंतीचे असू शकते. म्हणून या क्षेत्रातील व्यावसायिक सल्लागारांच्या (या क्षेत्रातील अनुभवी वकील किंवा सनदी लेखापाल (चार्टर्ड अकाउंटंट)) साहाय्याने ही प्रक्रिया पूर्ण करता येते.

वारसाहक्क नियोजनासाठी एकच निश्चित असे सूत्र नाही. व्यक्तीगणिक, परिस्थितीनुसार ते ठरवले जाते. वारसाहक्क नियोजनात मध्यस्थ म्हणून नेमक्या व्यक्तीची निवड करणे हेही महत्त्वाचे असते. हा मध्यस्थ वकील किंवा सनदी लेखापाल असल्यास उत्तम. मध्यस्थाने कुटुंबातील व्यक्तींचे समज-गैरसमज

लक्षात घेऊन वादावादी टाळून वारसाहक्क नियोजन अंमलात आणण्याच्या दृष्टीने महत्त्वाची भूमिका बजावणे अपेक्षित असते.

ऐसे उदंड लोक असती । आपणांस थोर म्हणती ।
परी ते विवेकी जाणती । सकळ काही ।। २८ ।।
ऐसा आहे समाचार । कारण पाहिजे विचार ।
बहुतांच्या बोले हा संसार । नसू नये ।। २९ ।।

(दशक १२ समास ७)

स्वत:ला थोर किंवा मोठे समजणारे पुष्कळ लोक असतात. परंतु त्यात खरा थोर कोण आहे ते विवेकी माणसाच्या पटकन लक्षात येते. असे खोटे लोक समाजात असल्याने आपण विचार करायला हवा. तेव्हा, अत्यंत काळजीपूर्वकपणे स्वत: लोकांची पारख करावी, केवळ अशा लोकांच्या सांगण्यावर भिस्त ठेवून आपल्या संसाराचा नाश करू नका, असा सल्ला समर्थ रामदास स्वामी देतात.

अनेक कारणांनी बदलणारी नाती आणि नातेसंबंध लक्षात घेऊन आपले वारसदार कोण हे निश्चित केले पाहिजे. आजकाल प्रचलित असलेल्या लिव्ह-इन नात्यात वारसप्रश्न क्लिष्ट बनू शकतो. तसेच, आधीच्या विवाहापासून झालेली अपत्ये, घटस्फोट इत्यादी बाबी आपल्या कुटुंबाच्या परिस्थितीनुसार लक्षात घ्याव्या. आपल्या संपत्तीच्या/स्थावर जंगम मालमत्तेच्या/उद्योगधंदा-व्यवसायाच्या घटकांची यादी करून त्याचे विद्यमान मूल्यांकन करून घ्यावे. वारसदारांची प्रत्येकी हिश्शाची टक्केवारी निश्चित करताना उद्योग व्यवसायातील हिश्शाबरोबरच अनुभव आणि जबाबदारी सांभाळण्याची पात्रता याचा विचार करावा.

वारसाहक्क नियोजनात अनेक गोष्टी विचारात घ्याव्या लागतात. त्यामध्ये, कोणत्या मालमत्ता/संपत्ती भेट द्यायची, कोणत्या मालमत्ता/संपदा विकायच्या, कोणत्या मालमत्तेचे विलीनीकरण / विभागणी करायची, कोणत्या मालमत्तेसाठी कौटुंबिक व्यवस्था निर्माण करायची, कोणत्या मालमत्तेसाठी किंवा संपत्तीसाठी ट्रस्ट स्थापन करायचा, हा ट्रस्ट खाजगी स्वरूपाचा ठेवायचा की सार्वजनिक करायचा इत्यादी घटक येतात. व्यक्तीगणिक यात बदल होत असतो. या घटकांवर निर्णय घेताना कायदेशीर बाबी तपासून पाहाव्या लागतात. त्याचमुळे, वारसाहक्काचे नियोजन विचारपूर्वक आणि कायद्याला धरून असावे. रामदास स्वामी याबाबत जागरूक करताना सांगतात -

विवेकप्रत्ययाची कामे । कैसी घडतील अनुमानभ्रमे ।
सारासार विचाराचेन संभ्रमे । पाविजे ब्रह्म ।। २५।।

(दशक १२ समास ६)

विचारांती, विवेकाने आणि अनुभवाने करायची जी कामे असतात, ती केवळ तर्काने किंवा भ्रमाने कशी होतील? सर्व बाजूंनी सारासार विचार करूनच हे ब्रह्म मिळवायचे असते. महत्त्वाचे म्हणजे मोकळेपणाने वारसांशी संवाद साधून, त्यांची मते जाणून घेऊन कुटुंबप्रमुख या नात्याने संतुलित निर्णयाकडे जाणे आवश्यक ठरते. त्यानुसार कृती करण्याचा प्रयत्न करावा. म्हणूनच रामदास स्वामी सांगतात -

जैसे बोलणे बोलावे । तैसेचि चालणे चालावे ।
मग महंतलीळा स्वभावे । आंगी बाणे ।। २३ ।।

(दशक १२ समास ९)

जसे बोलायला हवे तसे बोलावे. बोलण्याप्रमाणेच आपले चालणे, कृती असावी. तरच एखाद्या महंताप्रमाणे आपले आचार-विचार आपल्या अंगी बाणतील. वारसाहक्क नियोजनाचे प्राथमिक उद्दिष्ट म्हणजे कुटुंबात शांती, समाधान आणि एकात्मकता राहिली पाहिजे.

आपण मिळवलेल्या संपत्तीवरून, मालमत्तेवरून आपल्या पश्चात आपल्या वारसांमध्ये कोणतेही वाद-तंटे निर्माण होऊ नयेत असे वाटत असेल, तर आपल्या हयातीतच मृत्यूपत्र (विल) करून ठेवावे. मृत्युपत्रास 'इच्छापत्र'ही म्हटले जाते. मृत्यूपत्राबद्दल अनेक गैरसमज समाजात आहेत. मात्र आपले अशाश्वत जीवन लक्षात घेता मृत्यूपत्र करून आपण आपल्या प्रियजनांची/वारसदारांची एक प्रकारे मदतच करत असतो हे लक्षात ठेवावे. आपल्या इच्छेनुसार आपल्याच माणसांना न्यायाने, कायदेशीर पद्धतीने वाटणी करण्याचा अधिकार आपल्याला या मृत्युपत्राद्वारे मिळतो.

इच्छापत्र लिखित स्वरूपात असणे आवश्यक असते. लिखित इच्छापत्रासाठी दोन साक्षीदार लागतात. तोंडी सांगितलेले इच्छापत्र असेल, तरीही दोन साक्षीदार असणे आवश्यक ठरते. निरक्षर किंवा शारीरिक मर्यादेमुळे स्वतः लिहू न शकणारेदेखील मृत्यूपत्र करू शकतात. विशेष इच्छापत्राची ही सोय युद्ध सैनिकांनाच उपलब्ध आहे. अर्थात युद्धजन्य परिस्थितीतून बाहेर आल्यावर मात्र ते विशेष इच्छापत्र करू शकत नाही. तेव्हा त्यांनाही सर्वसाधारण लोकांप्रमाणेच 'सामान्य इच्छापत्र' लागू होते. कोणतेही इच्छापत्र बनवण्यासाठी वकिलाची गरज असते,

अशी एक गैरसमजूत आहे. इच्छापत्र साध्या कागदावर करण्यापेक्षा शक्यतो लेजर पेपरवर (हिरव्या रंगाचा कागद) करणे योग्य ठरते. कारण या प्रकारचा कागद जास्त टिकाऊ असतो. बोलता न येणारे मूक लोक, कर्णदोष असलेले लोक, तसेच दृष्टिहीन लोकही इच्छापत्र बनवू शकतात.

स्वकष्टार्जित आणि संपूर्णतः स्वतःच्या मालकी हक्काची स्थावर-जंगम आणि गुंतवणुकीची वाटणी करण्याचा अधिकार प्रत्येक व्यक्तीला आहे. १८ वर्षांवरील, मानसिकदृष्ट्या संतुलित असलेली कोणीही व्यक्ती इच्छापत्र बनवू शकते. या इच्छापत्रावर किमान दोन साक्षीदारांच्या सह्या, त्यांचे नाव व पत्ता असणे आवश्यक आहे. साक्षीदाराने इच्छापत्राचा मजकूर वाचलाच पाहिजे असे बंधन नाही. या साक्षीदारांमध्ये फॅमिली डॉक्टरांचा समावेश असेल, तर अधिक योग्य ठरते. साक्षीदार शक्यतो तरुण आणि आपल्या विश्वासातील, परिचित असावेत. वडिलोपार्जित आणि सामायिक असलेल्या मालमत्तेची वाटणी करता येत नाही. वडिलोपार्जित परंतु स्वतःच्या पूर्णतः मालकी असलेल्या मालमत्तेची वाटणी या इच्छापत्रात करता येते. जी संपत्ती किंवा स्थावर हस्तांतरणीय नाही, अशा कोणत्याही मालमत्तेबाबतच्या सूचना किंवा वाटण्या इच्छापत्रात करता येत नाहीत. ज्या मालमत्ता प्रदीर्घ काळाच्या भाडेतत्त्वावर (लीजवर) किंवा आयुष्यभर फक्त उपभोगण्यासाठी (लाइफ इंटरेस्ट) असतील, तर अशी संपत्ती किंवा मालमत्ता इच्छापत्राने वारस देणगी म्हणून देता येत नाही. इच्छापत्रातील वाटणीचे लाभ कोणाही संस्था किंवा देवस्थाने यांनाही देता येतात. परंतु जर इच्छापत्र करणारा हिंदू नसेल, तर मात्र हे इच्छापत्र उपनिबंधकाकडे नोंदणे आवश्यक ठरते. इस्लाम धर्मात इच्छापत्रास 'वसियत' असे संबोधले जाते. संपूर्ण मालमत्तेचा समावेश इच्छापत्रात करण्यास मुस्लीम व्यक्तिगत कायद्यानुसार बंदी आहे. मुस्लीम कायद्यात इच्छापत्र तयार करण्यासाठी कोणत्याही विशिष्ट औपचारिकतेची आवश्यकता नाही. हे लिखित किंवा तोंडी स्वरूपात हातवारे करीत सांगितले तरीही चालते. ते लिखित स्वरूपात असले, तरी त्यावर मृत्युपत्रकर्त्याची स्वाक्षरी आणि साक्षीदारांनी साक्षांकित करणे आवश्यक नाही. मृत्युपत्रकर्त्याचा हेतू स्पष्ट आणि निःसंदिग्ध असणे आवश्यक आहे. मुस्लिमांमध्ये 'फरिया' आणि 'वसियाह' अशा दोन भागांत संपत्तीची विभागणी होते. फरिया भागात दोन तृतीयांश संपत्तीची शरिया कायद्यानुसार विभागणी होते. उर्वरित

एक तृतीयांश भागाची वाटणी इच्छापत्र करणाऱ्याच्या मनाप्रमाणे करता येते. ख्रिश्चन धर्मात इच्छापत्राला स्थान नाही. त्यातूनही कोणाला करावयाचे असेल, तर १९२५च्या भारतीय वारसा कायद्याच्या सहाव्या भागानुसार इच्छापत्र करता येईल. या इच्छापत्राचे प्रोबेट घेण्याची आवश्यकता नाही. यहुदी म्हणजेच ज्यू धर्मात स्वयंसिद्धतेला महत्त्व असल्याने इच्छापत्राची संकल्पना येत नाही.

एकदा तयार केलेले इच्छापत्र आपण आपल्या हयातीत कितीही वेळा बदलू शकतो. पण त्या प्रत्येक वेळी आधी केलेले इच्छापत्र रद्द केल्याचे नवीन पत्रात नमूद करावे लागते. जर आधीची एक वा अनेक इच्छापत्रे केलेली असतील, तर नवीन तयार केल्या जाणाऱ्या इच्छापत्रात प्रारंभीच 'हेच माझे शेवटचे इच्छापत्र असून या इच्छापत्राद्वारे मी यापूर्वी केलेली इच्छापत्रे व पुष्टिपत्रे रद्द ठरवीत आहे' हे वाक्य लिहूनच तरतुदी लिहाव्यात.

इच्छापत्रात काही बदल करण्यासाठी किंवा त्यात नमूद केलेल्या काही तरतुदींसाठी खुलासा करण्यासाठी किंवा अन्य तरतुदींची वाढ करण्यासाठी पुष्टिपत्र (कोडिसील) केले जाते. हे पुष्टिपत्रही इच्छापत्राप्रमाणे कायदेशीरदृष्ट्या वैध ठरण्यासाठी सही करून साक्षांकित (विटनेस) करणे आवश्यक ठरते. इच्छापत्राची अंमलबजावणी आपल्या पश्चात होणार असल्याने व्यवस्थापक (एक्झिक्यूटर) म्हणून शक्यतो आपल्यापेक्षा वयाने तरुण, विश्वासू आणि विवेकी व्यक्तीची निवड करावी. हा व्यवस्थापक मृत्यूपत्राच्या लाभार्थींपैकी असला, तरी चालतो.

इच्छापत्राच्या दोन प्रती काढून मूळ इच्छापत्र बँकेच्या किंवा स्वतःच्या लॉकरमध्ये सुरक्षित ठेवावे. एक प्रत सीलबंद पाकिटात व्यवस्थापकाकडे ठेवावी. दुसरी प्रत स्वतःच्या विश्वासू आणि हितचिंतक असलेल्या मित्र किंवा नातेवाईकांकडे द्यावी. इच्छापत्र बनवण्याआधी आपले वारस, त्यांची आपल्याबद्दल आणि संपत्तीबद्दल असणारी मते, भूमिका, आस्था लक्षात घ्यावी. आपल्या इच्छापत्रामुळे वारसांमध्ये कोर्ट-कज्जे होणार नाहीत वा आपले किंवा त्यांचे आपापसांतील नातेसंबंध तुटणार नाहीत, याचीही काळजी घ्यावी. घरात सतत होणाऱ्या वादात किंवा भांडणात इच्छापत्राद्वारे काय देणार, काय देणार नाही किंवा इच्छापत्राच्या पुष्टिपत्राद्वारे नवीन तरतूद करण्याची धमकी देऊ नये. यामुळे लाभधारक वारसांमध्ये चुकीचा संदेश जातो. यासाठीच समर्थ सांगतात -

अहो कांहो अरे कारे । जनी ऐकिजेते किं रे ।
कळत असतांच कां रे । निकमीपण।।१७।।

(दशक १४ समास ६)

'अहो'ला 'काहो' आणि 'अरे'ला 'का रे' होतच असते, हे आपण लोकांमध्ये ऐकत असतोच. हे कळूनसुद्धा आपणही तसेच वागलो तर! म्हणूनच सुहृदांशी चांगले संबध असतील, तर इच्छापत्राची पूर्तता करणे ही कटकट न होता सुलभ क्रिया होऊ शकते.

इच्छापत्र अंमलात आणताना न्यायालयाकडून 'प्रोबेट' आणण्यास सांगितले जाते. प्रोबेट म्हणजे न्यायालयाने इच्छापत्राच्या खरेपणाबाबत दिलेला दाखला. अर्थातच न्यायालयाकडून तशी तपासणी करूनच प्रोबेट दिले जाते. वारसाहक्काने हस्तांतरित संपत्तीवर इस्टेट ड्यूटी द्यावी लागत नाही, तसेच हस्तांतरणाचे मुद्रांक शुल्कही लागत नाही. तुम्ही निर्माण केलेल्या संपत्तीसाठी तुमच्या पश्चात कोणीही वारस नसेल, तर ती संपत्ती सरकारजमा होते. मुंबई ग्राहक पंचायतीकडे इंग्रजी आणि मराठी भाषेत, अवघ्या पाच रुपयांमध्ये इच्छापत्राचा नमुना उपलब्ध होतो. इतर शहरातील स्थानिक ग्राहक पंचायतीच्या कार्यालयातही हे नमुने उपलब्ध असतात.

■

सकळ जनांसी प्रार्थना । उगेंच उदास करांवेना ।
निरूपण आणावे मना । प्रत्ययाचे ।।
(दशक २० समास ४)

सर्व लोकांना प्रार्थना आहे की,
व्यर्थ उदास होऊ नका.
अनुभवाचे हे निरूपण
मनात कायम असू द्यावे.

।। जय जय रघुवीर समर्थ ।।

लेखक परिचय

■

विनायक कुळकर्णी

३०२, अ‍ॅव्हॉन गॅलेक्सी, हॉटेल सुस्वागतजवळ,

दत्तपाडा रोड, बोरिवली (पूर्व), मुंबई-४०० ०६६

- रसायनशास्त्रात पदवी आणि 'फायनान्शियल अ‍ॅडव्हायझिंग' विषयातील पदव्युत्तर पदविका
- गुंतवणूक समुपदेशक आणि आर्थिक व्यवस्थापन मार्गदर्शक
- विविध दैनिके आणि साप्ताहिकांतून अर्थभान जागविणारे व गुंतवणुकीवर मार्गदर्शन करणारे सुमारे २६००हून अधिक लेख व लेखमाला प्रकाशित
- एकूण २८ पुस्तके प्रकाशित. त्यांपैकी आर्थिक विषयावरील १७ पुस्तके. बालकथा, बालनाट्ये, एकांकिका संग्रह आणि नाटके असे विपुल लेखन
- आकाशवाणी, मुंबई केंद्रात गंमतजंमत, बालदरबार, युवावाणी, अर्थवाणी, कामगार सभा या कार्यक्रमांसाठी एकूण १६०हून अधिक श्रुतिकांचे लेखन व सादरीकरण. मॉस्को रेडिओवर दोन बालनाट्ये सादर
- विविध वाहिन्यांवरील अर्थविषयक कार्यक्रमांत सहभाग
- 'आर्थिक साक्षरता' या विषयावर महाराष्ट्रभर व्याख्याने. टाटा स्टील, ओबेरॉय हॉटेल, फिलिप्स इंडिया यांसारख्या अनेक प्रख्यात उद्योगसंस्था, टाटा कॅन्सर रुग्णालय, भारतीय नौदल, बीएआरसी येथील तसेच इतर अनेक संस्थांतील कर्मचाऱ्यांसाठी आर्थिक समुपदेशन
- मुंबई मराठी पत्रकार संघ, सारस्वत चैतन्य ट्रस्ट, लायन्स क्लब, मराठी वृत्तपत्र लेखक संघ यांच्या पुरस्कारांनी आणि मुंबई नगरपाल तसेच भारत सरकारच्या वित्त मंत्रालयाकडून सन्मानपत्रांनी गौरव
- २०१८, २०१९ आणि २०२३मध्ये अनुक्रमे 'अर्थभान - बँकिंग आणि विमा', 'कर्जभान', आणि 'अर्थमेळ' या तीन पुस्तकांचा 'आर्थिक विषयावरील सर्वोत्कृष्ट पुस्तके' म्हणून महाराष्ट्र साहित्य परिषदेतर्फे 'कै. सुभाष हरि देशमुख स्मृती पुरस्कार' देऊन गौरव